# பாலும் பாவையும்

விந்தன்

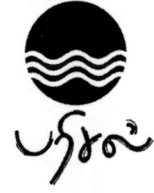

பரிசல்

பரிசல் புத்தக நிலையம்

பாலும் பாவையும்
விந்தன்
பரிசல் முதல் பதிப்பு: செப்டம்பர் 2022

வெளியீடு: பரிசல் புத்தக நிலையம்
235, 'P' பிளாக், MGR முதல் தெரு,
MMDA காலனி, அரும்பாக்கம், சென்னை 600 106.
பேச: 9382853646, 8825767500
மின்னஞ்சல்: parisalbooks@gmail.com

புத்தக வடிவமைப்பு : விஷுவல் வினோத்
அச்சாக்கம்: ASX பிரிண்டர்ஸ், சென்னை - 600 005.

பக்கம்: 152     விலை: ரூ. 180

**PAALUM PAAVAIYUM**
Vindhan

Parisal First Edition: September 2022

Published by: Parisal Puthaga Nilayam
No. 235, 'P' Block, MGR First Street,
MMDA Colony, Arumbakkam, Chennai - 600 106.
Mobile: 9382853646, 8825767500
Email: parisalbooks@gmail.com

Book Layout : Visual Vinodh
Printed at ASX printers, Chennai - 600 005

ISBN : 978-93-91949-23-5

Pages: 152     Price: Rs. 180

### சகோதரி சரளாவுக்கு...

உங்கள் கடிதம் கிடைத்தது என்னுடைய கதையைப் படித்ததோடு கடிதமும் எழுதியிருக்கிறீர்கள் மிகவும் மகிழ்ச்சி; நன்றி.

உங்களைப்போல் இன்னும் பல சகோதரிகள் எனக்குக் கடிதம் எழுதியிருக்கிறார்கள் அவர்களுக்கெல்லாம் தனித்தனியே பதில் எழுதுவதற்கு அவகாசமும் இல்லை. அவசியமும் இல்லை இருந்தாலும், ஏதோ ஓர் இனந்தெரியாத உணர்ச்சி என்னை இந்தக் கடிதம் எழுதுமாறு தூண்டுகிறது. எழுதுகிறேன் - இதுவும் அவசியமில்லை என்று யாராவது கருதினால், அவர்கள் இந்த இரண்டு பக்கங்களையும் கண்ணை மூடிக்கொண்டு தள்ளிவிடலாம். கதையை மேலே படிக்கலாம்.

ஆனால், நீங்கள் மட்டும் இந்தக் கடிதத்தைப் படிப்பதோடு கதையையும் இன்னொரு முறை படித்துப் பார்க்க வேண்டும் அப்படிப் படித்தால் உங்களுக்கு உண்மை இன்னதென்று விளங்கும்.

நீங்கள் நினைப்பதுபோல் பெண் குலத்தை மாசுபடுத்துவதற்காக நான் இந்தக் கதையை எழுதவில்லை, தூய்மைப்படுத்துவதற்காகவே எழுதியிருக்கிறேன் இந்தக் கதையில் வரும் அகல்யாவிடம் எவ்வித வெறுப்பும் எனக்கு இல்லை அவள் பணக்கார வர்க்கத்தைச் சேர்ந்தவள் என்று குறிப்பிடும்போது மட்டும், எனக்கு அந்த இனத்தின் மேல் இயற்கையாக உள்ள வெறுப்பை ஓரளவு காட்டியிருக்கிறேன் அவ்வளவுதான்.

"காதலைப் பற்றி நம் தமிழ்நாட்டுப் பெண்களுக்கு ஒன்றுமே தெரியாது!" என்று நீங்கள் சாதிக்கிறீர்கள் என்னால் இதை நம்ப முடியவில்லை ஏனெனில், தமிழனும்

தமிழச்சியும் தொன்றுதொட்டுக் காதலையும் போரையும் தவிர வேறு ஒரு பாவமும் செய்து அறியாதவர்கள்.

"பொருளாதார ஏற்றத் தாழ்வுகளைப் பற்றியே பெரும்பாலும் கதை எழுதிக்கொண்டு வந்த தாங்கள், காதலைப் பற்றி ஏன் எழுதவேண்டும்?" என்று நீங்கள் கடைசியாகக் கேட்டிருக்கும் கேள்வி என்னைத் தூக்கிவாரிப் போட்டது நான் என்னத்தைச் சொல்ல காதல் தோல்வியுறுவதற்குக்கூடக் காரணம் பொருளாதார நிலைதான்; அதைத்தான் இந்தக் கதையில் வரும் கனகலிங்கம் அகல்யாவுக்குச் சுட்டிக் காட்டுகிறான்; நமக்கும் சுட்டிக் காட்டுகிறான் கவிதைகளையொட்டி, காவியங்களையொட்டி "பொருளுக்கு அப்பாற்பட்டது காதல்" என்று வேண்டுமானால் நாம் சொல்லலாம் ஆனால் இன்றைய உலகத்தில் நாம் காண்பது என்ன? - பொருள் இல்லாவிட்டால் காதல் புகைகிறது. அல்லது காதலர்கள் மயானத்தில் புகைந்து விடுகிறார்கள்!- இதை நீங்கள் மட்டுமல்ல; உருவக் கவர்ச்சியின் காரணமாக ஏற்படும் காதலுக்கும் உள்ளக் கவர்ச்சியின் காரணமாக ஏற்படும் காதலுக்கும் உள்ள வித்தியாசத்தைத் தம்முடைய கட்டுரையில் சாங்கோபாங்கமாக விவரித்திருக்கும் பதிப்பாசிரியர்கூட மறுக்க மாட்டார் என்றே நான் நினைக்கிறேன்; அத்துடன், மனிதப் பண்பாட்டை உயர்த்தும் காதல் சில சமயம் கற்புக்கு அப்பாற்பட்டதாகி, அதன் காரணமாக அறிவுக்கும் அப்பாற்பட்டதாகி விடுகிறது என்பதையும் ஒப்புக் கொள்வார் என நம்புகிறேன்.

இப்படிக்கு
சென்னை விந்தன்

# 1

"ஏண்டா. உனக்கு நான் எத்தனை தரம் சொல்லுவது? நம்முடைய 'பாலிஸி'யை இப்படியா வருவோர் போவோரிடமெல்லாம் சொல்லிக் கொண்டிருப்பது......"
— பரமசிவம்

சென்ற வருடம் சென்னை கந்தசாமி கோயில் பக்கம் போயிருந்தால் நீங்கள் கனகலிங்கத்தைப் பார்த்திருக்கலாம் அவன் அங்கே ஒரு புத்தகக் கடையில் வேலை செய்து கொண்டிருந்தான். வேலையென்றால் சாதாரண வேலையல்ல; அவன்தான் அந்தக் கடைக்கு நிர்வாகி, குமாஸ்தா, விற்பனையாளன், இலக்கிய ஆலோசகன், பையன் எல்லாம்!- இத்தனை வேலைகளுக்கிடையிலும் அவனுக்கு ஒரு திருப்தி இருந்தது. அந்தத் திருப்தி, தான் விரும்பிய புத்தகத்தை அங்கே இனாமாகப் படிக்க முடிகிறது என்பதே!

கனகலிங்கத்தின் உள்ளம் வெள்ளைதான்: ஆனால் உடலின் நிறம் கறுப்பு. அளவுக்கு மீறிய உயரம்; ஆனால் ஆஜானுபாகு அல்ல அவனை அழகன் என்று சொல்ல முடியாது. ஆனால் அவலட்சணம் என்றும் சொல்வதற்கில்லை. காற்றுப் புகாத துருத்தியைப் போல அவன் உடம்பு எப்பொழுது பார்த்தாலும் எலும்பும் தோலுமாக இருக்கும் பார்த்தவுடனே. அவன் வார் க்வாலிட்டி என்று சொல்லிவிடலாம். அடியில் ஒரு நாலு முழ வேஷ்டி, மேலே ஒரு ஜிப்பா - இரண்டும் வெகு நாட்களாகச் சலவைத் தொழிலாளியின் முகத்தைக் காணாதவை போலிருக்கும் வயதுக்கு ஏற்றாற்போல் அவனுக்கு அமைந்திருந்தது ஒன்றே ஒன்றுதான் அதுதான் சம்பளம். அவனுக்கு வயதும் முப்பது: சம்பளமும் ரூபாய் முப்பது!- ஆனால், வயதைக் கணக்கிட்டு அவனுடைய முதலாளி அவனுக்குச் சம்பளம் கொடுக்கவில்லை என்பதை இங்கே நான் சொல்லிவிடத்தான் வேண்டும்.

தாய் தந்தையற்ற கனகலிங்கம் அன்றுவரை கல்யாணம் செய்து கொள்ளவில்லை. அதைப்பற்றி அவன் அவ்வளவாகக் கவலைப்படவும் இல்லை. மேலும், கல்யாணமென்றால் சும்மாவா? - அதற்கு முன்னாலும் செலவு: பின்னாலும் செலவு தன் செலவுக்கே.

வந்தவருக்கு தூக்கிவாரிப்போட்டது. "ஏன்?" என்று நாக்குழறக் கேட்டார்.

"இங்கே செத்துப்போன நூலாசிரியர்களின் நூல்களைத்தான் வெளியிடுவது வழக்கம்......."

"அப்பொழுதுதான் அந்த நூலுக்கு ஒரு தனி மகத்துவம் இருக்குமென்றா...."

"அதெல்லாம் ஒன்றுமில்லை; எங்களுக்கு வேண்டியது எங்களிடம் இல்லாத மூளை - அதைத் தவிர வேறொன்றும் செலவழிக்காத ஆசிரியருக்கு நாங்கள் அனாவசியமாகப் பணம் கொடுக்க விரும்புவதில்லை!"

"அப்படியானால் நீங்கள் செத்துப் போனவனிடமிருந்தா காகிதம் வாங்குகிறீர்கள்?" என்று எரிச்சலுடன் கேட்டார்.

"கொடுக்கத் தயாராயிருந்தால் வாங்கத் தயாராயிருக்கிறோம்" என்றான் கனகலிங்கம் அமைதியாக.

"ரொம்ப சரி, உங்களுக்கு என்னுடைய நூல் கிடைக்காது; அஸ்திதான் கிடைக்கும்!" என்று சொல்லிவிட்டு, எழுத்தாளர் 'துப்பாக்கியிலிருந்து கிளம்பிய ரவையைப் போலக் கிளம்பினார்.

"முடிந்தால் அதையும் பணமாக்குவோம்!" என்றான் கனகலிங்கம்.

அதற்குள் கையில் ஒரு தினசரிப் பத்திரிகையுடன் அங்கே வந்த பரமசிவம் எழுத்தாளரைத் தடுத்து நிறுத்தி, "என்ன விஷயம்" என்று விசாரித்தார். அவர் நடந்த விஷயத்தைச் சொன்னார். "கிடக்கிறான் அதிகப்பிரசங்கி! அவனுக்கு என்ன தெரியும்?- ஏண்டா, இங்கே செத்துப் போனவர்களின் புத்தகங்களையா வெளியிடுகிறோம்? நீங்கள் கொடுத்துவிட்டுப் போங்கள் ஸார்; நான் பார்த்து ஒரு வாரத்துக் கெல்லாம் உங்களுக்குத் தகவல் தெரிவிக்கிறேன்" என்றார் அவர்.

எழுத்தாளர் அவரிடம் கையெழுத்துப் பிரதியைக் கொடுத்துவிட்டு கனகலிங்கத்தை ஒரு தினுசாகப் பார்த்துக்கொண்டே சென்றார். கனகலிங்கம் அதைப் பொருட்படுத்தவில்லை; அவரை அனுதாபத்துடன் பார்த்துக்கொண்டே நின்றான் நூலாசிரியரின் தலை மறைந்ததும், "ஏண்டா உனக்கு நான் எத்தனை தரம் சொல்லுவது?- நம்முடைய 'பாலிஸி'யை இப்படியா வருவோர், போவோரிடமெல்லாம் சொல்லிக் கொண்டிருப்பது? ஆசாமியைத்தான் நேரில் பார்த்தாச்சு. அப்புறம் ஆசிரியர் செத்துவிட்டாரா, இல்லையா?" என்று கேட்பானேன்? பேசாமல் கையெழுத்துப் பிரதியை வாங்கி வைத்திருந்து ஒரு வாரத்துக்குப் பிறகு திருப்பிக் கொடுத்துவிட வேண்டியதுதானே?- சரிசரி. இந்த இழவைக் கொண்டு போய் எந்த மூலையிலாவது போட்டுவிட்டு வா! உன்னிடம் ஒரு விஷயம் சொல்ல வேண்டும்" என்றார் முதலாளி.

கனகலிங்கம் அந்தக் கையெழுத்துப் பிரதியைக் கொண்டு போய் வைத்துவிட்டு வந்து. "என்ன விஷயம்?" என்று விசாரித்தான்.

"நாளை மறுநாள் அருந்தமிழ் வளர்த்த அகத்தியனுக்குக் கலைஞானபுரத்தில் விழாக் கொண்டாடப் போகிறார்களாம். மூன்று நாட்கள் விழா தொடர்ந்து நடக்குமாம். இங்கேதான் வியாபாரம் மந்தமாயிருக்கிறதே, நீ ஒரு முந்நூறு ரூபாய்ப் புத்தகங்களுடன் அங்கே போய்விட்டு வருகிறாயா?" என்று கேட்டார் பரமசிவம்.

கனகலிங்கம் ஒன்றும் பதில் சொல்லவில்லை; பேசாமல் இருந்தான்.

"ஏன் பேசாமலிருக்கிறாய்" என்று கேட்டார் அவர்

"நான் என்னத்தைச் சொல்வது? அகத்தியனுக்காக அனுதாபப் படுகிறேன்!" என்றான் அவன். "என்ன, அப்படிச் சொல்கிறாய்?" என்று கேட்டுக்கொண்டே, தம் கையிலிருந்த தினசரிப் பத்திரிகையைக் கீழே வைத்துவிட்டு, அவனுடைய முகத்தை அவர் வியப்புடன் அண்ணாந்துப் பார்த்தார்.

"அவன் ஒருவன்தான் இந்த விழாக்காரர்களின் கையில் இதுவரை சிக்காமலிருந்தான் பாவம், இப்பொழுது அவனும் அகப்பட்டுக் கொண்டுவிட்டான் போலிருக்கிறது!" என்றான் அவன் மிக்க வருத்தத்துடன்.

"நமக்கு ஏன் அந்த வீண்வம்பெல்லாம்? இகழ்வதாயிருந்தால் எதை வேண்டுமானாலும் இகழலாம்...."

"உண்மைதான்! ஆனால் புகழ்வதாயிருந்தாலும் எதை வேண்டுமானாலும் புகழலாமல்லவா?" என்றான் அவன்.

"நான் சொல்வதைக் கேள், தம்பி!- நமக்குத் தெரிய வேண்டியதெல்லாம் என்ன? அங்கே ஏதாவது வியாபாரம் நடக்குமா, நடக்காதா.........?"

"எனக்கு ஒன்றும் தோன்றவில்லை. அகத்தியனுக்கு இனி யாரும் பேரும் புகழும் தேடி வைக்க வேண்டாம். அவன் ஒரு வேளை உயிரோடிருந்து அன்ன விசாரத்தால் ஆட்கொள்ளப்பட்டிருந்தாலும், யாராவது அவனுக்கு நிதி திரட்டிக் கொடுக்கலாம். அதற்கும் இப்பொழுது அவசியமில்லை. அகத்தியனையும் பணத்தையும் துணையாகக் கொண்டு பேரும் புகழும் அடைய விரும்பும் சில பிரகிருதிகள் அவனுக்கு விழா

நடத்தப்போகிறார்கள். பொழுது போக்குக்குக் காசு செலவழிக்க வழியில்லாதவர்கள் அங்கே வந்துகூடப் போகிறார்கள். அப்படிப்பட்ட இடத்தில் புத்தக வியாபாரம் எப்படி நடக்கும்? பொரி, கடலை வியாபாரம் வேண்டுமானால் நடக்கும்! ஆடல் பாடலுக்குப் பத்துப் பதினைந்து ரூபாய் அனாயாசமாக விட்டெறிபவர்களும், அரை நிர்வாணக் காட்சியை சினிமாவில் அலுக்காமல் பார்ப்பதற்காக மூன்று நாட்களுக்கு முன்னரே இரண்டரை ரூபாய் டிக்கெட்டை முண்டியடித்துக்கொண்டு வாங்குபவர்களும் நிறைந்த இந்தப் பட்டணத்திலேயே புத்தகம் என்றால் 'இரவல் தருகிறாயா?' என்று கொஞ்சங்கூடக் கூச்சமின்றிக் கேட்கிறார்கள். அப்படியிருக்கும்போது.........”

கனகலிங்கம் தான் சொல்ல வந்ததைச் சொல்லி முடிக்கவில்லை. அதற்குள் பரமசிவத்துக்கு ஆத்திரம் பற்றிக்கொண்டு வந்துவிட்டது. அவர் தமக்கு எதிரேயிருந்த கல்லாப் பெட்டியின்மேல் ஓங்கி ஒரு குத்து விட்டுவிட்டு, “எது எப்படி வேண்டுமானாலும் இருந்துவிட்டுப் போகட்டும்; நீ அங்கே போய்த்தான் வரவேண்டும்!” என்றார் கடுகடுப்புடன்.

இந்த 'உத்தரவு' முதலாளியிடமிருந்து பிறந்ததும் கனகலிங்கம் என்ன இருந்தாலும் தான் தொழிலாளி என்பதை நினைவு கூர்ந்தான். உடனே தன் மூளைக்கு வேலை கொடுப்பதை நிறுத்திவிட்டு, 'சரி' என்று தலையைப் பலமாக ஆட்டிவிட்டான் அவன்.

“நாளை இரவு வண்டிக்குப் போகிறாயா, இல்லை....” என்று இழுத்தார், அவர் மீசையை ஒதுக்கிவிட்டுக் கொண்டே..

“இன்றிரவு வண்டிக்கே வேண்டுமானாலும் போகிறேன்!” என்றான் அவன் கைகளைக் கட்டிக்கொண்டே..

“இன்றிரவு அங்கே போய் என்ன செய்வது? நாளை இரவு போனால் போதும்....”

“சரி!”

“இந்தா, இந்தப் பத்து ரூபாயை வைத்துக்கொள்; கலைஞானபுரம் போய்ச் சேருவதற்கு இது போதும். நாளைக் காலையில் வந்ததும் புத்தகங்களைப் பொறுக்கி எடுத்துப் 'பார்சல்' கட்டி ரயிலில் அனுப்பிவிடு; நீ போய் அங்கே 'டெலிவரி' எடுத்துக்கொள்ளலாம். என்ன சொல்கிறாய்?”

“அப்படியே செய்கிறேன். ஆனால் அங்கிருந்து திரும்பி வருவதற்கு......”

"பணம் வேண்டும் என்கிறாயா?"

"ஆமாம்."

"அதற்குத்தான் புத்தகங்கள் இருக்கின்றனவே?"

கனகலிங்கம் கொஞ்சம் தயங்கினான். "ஏன் தயங்குகிறாய்?" என்று பரமசிவம் கேட்டார்.

"ஒருவேளை விற்காவிட்டால்.......?"

"என்ன தம்பி, நீ கொஞ்சங்கூடத் தன்னம்பிக்கை இல்லாதவனாயிருக்கிறாயே? வாழ்க்கையில் அவசியம் வேண்டியது அதுதான், தம்பி!"

"தன்னம்பிக்கை வேண்டிய மட்டும் இருக்கத்தான் இருக்கிறது. இருந்தாலும்......."

"என்ன இருந்தாலும்......"

"ரயில்வேக்காரன் டிக்கெட்டுக்குக் காசைக் கேட்டுத் தொலைக்கிறானே............?"

"பயப்படாதே. நீ கொண்டு போகும் புத்தகங்கள் அதற்கு வேண்டிய காசைக் கொடுக்கும். தினசரி உன்னுடைய செலவுக்கு நீ இரண்டு ரூபாய் எடுத்துக் கொள்; அங்கிருந்து திரும்பி வருவதற்கும் ஒரு பத்து ரூபாய் எடுத்துக் கொள். பாக்கியை என்னிடம் கொண்டு வந்து கொடுத்தால் போதும்."

கனகலிங்கம் சிறிது நேரம் யோசித்துவிட்டு, "சரி, கடவுள் துணை!- போனதும் அங்கே நான் ஏதாவது ஒரு ஹோட்டலில்தானே தங்கவேண்டும்? அதற்கு முன் பணமாக ஏதாவது....?" என்று இழுத்தான்.

"கொடுக்க வேண்டியதுதான்!" என்று சொல்லிக்கொண்டே பரமசிவம் இன்னும் ஒரு ஐந்து ரூபாயை எடுத்து அவனிடம் கொடுத்துவிட்டு," போதுமா?" என்று கேட்டார்.

"போதும், போதும்!" என்று சொல்லிவிட்டு நடையைக் கட்டினான் கனகலிங்கம்.

அவன் சென்ற பிறகு பரமசிவம், கனகலிங்கம் சொல்வதும் ஒருவிதத்தில் சரிதான் - தன்னம்பிக்கை கூடச் சட்டைப்பையில் காசிருந்தால் தானே வந்து தொலைகிறது!' என்று அக்கம் பக்கம் பார்த்துத் தமக்குத் தாமே இரகசியமாகச் சொல்லிக் கொண்டார்!

~

# 2

"......வாழ்க்கையில் காதலை எதிர்பார்த்து ஏமாந்த சில சோணகிரிகளின் கட்டுக் கதை காதல் அது ஓர் இனிய கனவு; அற்புதக் கற்பனை; கதைகளுக்கும் காவியங்களுக்கும் உயிர்நாடி போன்றது. ஆனால் படித்து அனுபவிப்பதோடு அதை நிறுத்திக் கொள்ள வேண்டும்......"
— கனகலிங்கம்

கலைஞானபுரத்தில் உள்ள நளா விலாஸில் கனகலிங்கம் தங்கினான். அன்றிரவு அவன் சாப்பிட்டுவிட்டுப் படுக்கப் போகும்போது மணி எட்டு, எட்டரை இருக்கும். மறுநாள் காலை 'அகத்தியர் விழா' ஆரம்பமாகவிருந்தது. அதற்காக அந்தப் புத்தகத்தில் நாலு, நாலு பிரதிகளை எடுத்துத் தனியாக வைத்துவிட்டு அவன் படுக்கையை விரித்துப் படுத்தான்.

எங்கிருந்தோ ஒரு பெண்மணியின் விம்மல் சத்தம் வந்து அவன் காதில் விழுந்தது

எழுந்து உட்கார்ந்து, அந்த விம்மல் சத்தம் எங்கிருந்து வருகிறது என்று கவனித்தான். கேட்பவர்களின் ஊனையும் உள்ளத்தையும் ஒருங்கே உருக்கும் சக்தி பெற்றிருந்த அந்தச் சத்தம் வேறு எங்கிருந்தும் வரவில்லை; அவன் தங்கியிருந்த அறைக்கு அடுத்தாற் போலிருந்த அறையிலிருந்துதான் வந்து கொண்டிருந்தது.

'அடுத்த அறையில் யாரோ கணவனும் மனைவியுமாக வந்து தங்கியிருக்கிறார்கள் போலிருக்கிறது! வந்த இடத்திலாவது இவர்கள் வம்பில்லாமல் இருக்கக்கூடாதோ? வீட்டிலும் சண்டை, வெளியிலும் சண்டைதானா? - வள்ளுவர் சொன்ன இல்வாழ்க்கை, வாழ்க்கைத் துணை நலம், மனை மாட்சி - இவற்றின் லட்சணம் இதுதானா?' என்று தனக்குள் அலுத்துக்கொண்டே, கனகலிங்கம் மீண்டும் படுக்கையில் படுத்தான்.

வினாடிக்கு வினாடி அந்த விம்மல் சத்தம் அதிகரித்துக் கொண்டே சென்றது.

'இது என்ன சங்கடம்? - மனைவியை அழவைத்து விட்டுக் கணவன் என்ன செய்துகொண்டிருக்கிறான்?'

கனகலிங்கம் எழுந்து சுற்றுமுற்றும் பார்த்தான் விம்மல் சத்தம் படிப்படியாக நின்று, அழுகை ஒரேயடியாகப் பீறிட்டுக்கொண்டு வந்தது.

ஒன்றும் புரியாமல் கனகலிங்கம் சிறிது நேரம் அப்படியும் இப்படியுமாக உலாவினான்.

'இந்த வேதனையை எவ்வளவு நேரம் சகித்துக் கொண்டிருப்பது? கணவனுக்காக மனைவி தூங்காமலிருக்கலாம்,

மனைவிக்காக கணவன் தூங்காமலிருக்கலாம் - இவர்களுக்காக நான் ஏன் தூங்காமலிருக்க வேண்டும்?'

கனகலிங்கம் தன் அறையைவிட்டு வெளியே வந்தான். அந்த ஹோட்டல் மாடியில் அவர்கள் தங்கியிருந்த இரண்டு அறைகளைத் தவிர வேறு அறைகள் எதுவும் இல்லை. கீழே ஹோட்டல் தொழிலாளிகள் அனைவரும் படுத்துக்கொண்டு விட்டார்கள். முதலாளி கதவை இழுத்துப் பூட்டிக்கொண்டு வீட்டுக்குப் போய்விட்டார். தெருவிலும் ஆள் நடமாட்டம் அதிகமாக இல்லை. அங்கங்கே ஓரிருவர் ஏணியின் மீதும் சுவரின் மீதும் ஏறி, அகத்தியர் விழாவுக்காக - இல்லை, கூலிக்காக - மாவிலைத் தோரணங்களைக் கட்டிக் கொண்டிருந்தனர். அந்தத் தோரணங்களுக்கு இடை யிடையே கட்டப்பட்டிருந்த அட்டைகளில் 'அக்ஸ்டியர்' வாழ்ந்து கொண்டிருந்தார். அவருடன் 'டமி'லும் போனாற் போகிறதென்று வாழ்ந்து கொண்டிருந்தது. ஒரு கணம் கைப்பிடிச் சுவரில் கைகளை ஊன்றியவண்ணம் மேற்கூறிய காட்சிகளைக் கவனித்துக்கொண்டிருந்தான் கனகலிங்கம். மறுகணம் "பாவம், அகத்தியன்!" என்று முணுமுணுத்துக் கொண்டே அறைக்குத் திரும்பினான்.

அப்பொழுதும் அடுத்த அறையிலிருந்து வந்துகொண்டிருந்த அழுகைச் சத்தம் நிற்கவில்லை!

அட கடவுளே! நல்ல முறையில் அவளைச் சமாதானப்படுத்த முடியாவிட்டாலும் கொஞ்சம் அதட்டி மிரட்டியாவது பார்க்கக் கூடாதா, அவன்? ஆசாமியின் குரலையே காணோமே! பெட்டிப் பாம்பாய்ச் சுருண்டுகிடக்கிறானோ? அதெல்லாம் ஒன்றும் இருக்காது, அவன் அவ்வளவு சாதுவாக இருந்தால் அவளை ஏன் வம்புக்கு இழுத்து அழவைத்திருக்கப் போகிறான்? ஒருவேளை அப்படி ஏதாவது...!

கனகலிங்கம் கொஞ்சம் துணிந்து. மெல்ல அடுத்த அறையை நெருங்கினான். நல்ல வேளையாக கதவு உள்ளே தாளிடப்படாமல் வெறுமனே சாத்தி வைக்கப்பட்டிருந்தது. சந்தடி செய்யாமல் கதவைக் கொஞ்சம் திறந்து உள்ளே எட்டிப் பார்த்தான். இது என்ன கூத்து!- உள்ளே இருந்தவள் ஒரு பெண்; ஒரே ஒரு பெண் - அவளுடன் யாரும் இல்லை; ஆமாம், யாரும் இல்லவே இல்லை!

"அம்மா...!"

இந்த வார்த்தை அவன் வாயிலிருந்து சரியாகக்கூட வெளிவரவில்லை. அதற்குள் பழைய சம்பவமொன்று அவனுடைய நினைவுக்கு வந்துவிட்டது. ஒரு சமயம் அவன் இப்படித்தான் ஒரு பெண்மணியை அம்மா!' என்று அழைத்துவிட்டான். வந்தது மோசம்; என்னைப் பார்த்தால் அவ்வளவு வயதாகிவிட்டவள் போலவா தோன்றுகிறது! என்று கத்திக் கொண்டே அவள் அவனுடன் சண்டைக்கு வந்து விட்டாள் - அதிலிருந்து எந்தப் பெண்மணியைக் கண்டாலும் அவன் அம்மா!' என்று அழைப்பதில்லை இப்பொழுது....

'சரி, வேறு என்னவென்று அழைப்பது?'

"அம்மா...!"

அவள் சட்டென்று அழுகையை நிறுத்தி, கண்களை அவசர அவசரமாகத் துடைத்துக்கொண்டு தலையைத் தூக்கி அவனைப் பார்த்தாள்!

உடனே கனகலிங்கத்தின் பார்வை அவள் கழுத்தின்மேல் விழுந்தது. அவன் எதிர்பார்த்தபடி அவளுடைய கழுத்தில் தாலி இல்லாமற் போகவில்லை, இருந்தது!

'அப்படியானால் கணவன் எங்கே? - வெளியே போயிருப்பானோ? - தான் இவளைத் துக்கம் விசாரிக்கப்போய், திடீரென்று அவன் வந்து சேர்ந்து. அதன் காரணமாக ஏதாவது விபரீதம் ஏற்பட்டால்....?'

கனகலிங்கம் திரும்பினான்.

"நில்லுங்கள்!- ஐயா, நில்லுங்கள்!" என்றாள் அந்தப் பெண்.

நின்றான்.

"உள்ளே வாருங்கள்!" என்றாள்.

உள்ளே சென்றான்.

"உட்காருங்கள்!" என்றாள்.

உட்கார்ந்தான்!

இத்தனைக்கும் அந்தப் பெண் அப்போது மகுடி வாசித்துக் கொண்டிருக்கவில்லை; கனகலிங்கம் பாம்பாக உருமாறி அதற்குக் கட்டுப்பட்டிருக்கவில்லை. நடந்ததெல்லாம் இதுதான்;

அவன் அவளை ஒரு முறை - ஆம், ஒரே ஒரு முறை - பார்த்து விட்டான்!

அந்தப் பெண்ணும் அப்பொழுதுதான் பிறந்திருக்கவில்லை; அவள் பிறந்து குறைந்த பட்சம் இருபது வருடங்களாவது ஆகியிருக்கும். ஆயினும் அன்றலர்ந்த மலரைப்போல் - பின்பனிக் காலத்துப் புல் வெளியைப் போல - நீண்ட நேர மழைக்குப் பிறகு குபீரென்று வெளுத்த வானத்தைப் போல - அவள் அழகு விகசித்தது!

ஆனால், அந்த அழகு ஏழ்மையின் இரங்கத் தக்க அழகு அல்ல; செல்வத்தின் செறுக்கு மிக்க அழகு - மந்திரவாதியைப்போல நிலைத்த கண் நிலைத்தபடி பார்க்கச் செய்யும் அவளது நீள விழிகளும், கண்டவுடன் ஆசை கொண்டு கிள்ளத் தோன்றும் அவளது குழந்தைக் கன்னங்களும், எந்த நேரமும் இன்பங் காணத்துடிதுடிக்கும் அவளது உதிராத இதழ்களும் கவலையென்பதையே இன்னதென்று அறியாமல் வளர்ந்த கட்டழகி அவள் என்பதை எடுத்துக்காட்டின.

அத்தகைய அழகைக் கண்டு கனகலிங்கம் சும்மா இருந்தாலும் அவனுடைய கண்கள் சும்மா இருக்குமா? - அவை அந்த அழகியின் அழகைத் திருட்டுத்தனமாகப் பருகின - ஆம். அவளுக்கு மட்டுமல்ல; அவனுக்கும் தெரியாமல் தான்!

"ஐயா!... இனி..... இனி... நீங்கள்தான்... எனக்குத் துணை!" என்றாள் அந்தப் பெண் தட்டுத்தடுமாறிய வண்ணம்.

கனகலிங்கம் அசந்து போய், "நான்... நான்... நானா......" என்று குழறினான்.

"ஆமாம். ஆனால் திடீரென்று நான் இந்த முடிவுக்கு வந்துவிடவில்லை; நீங்கள் இங்கு வந்து சேர்ந்ததிலிருந்து இதுவரை யோசித்துப் பார்த்த பிறகுதான் வந்தேன் - எனக்கு இனி வேறு கதியில்லை; வேறுகதியே இல்லை!"

"அப்படியானால் நீங்கள் அழுதது...."

"உங்களுடைய கவனத்தை எப்படியாவது கவரவேண்டுமே என்பதற்காகத்தான்!"

"அதற்கா இந்த நடிப்பு...?"

"உலகமே நாடகமேடை என்று சொல்லும் போது, அதில் வாழும் நானும் ஒரு நடிகைதானே?"

"சரி, உங்கள் கணவர்...?"

"என் கணவரா!- இல்லை, காதலர் என்று சொல்லுங்கள்! அவன் நாசமாய்ப் போகட்டும்; அவனைப் பாம்பு பிடுங்கட்டும்; அவன்மேல் மோட்டார் கார் ஏறட்டும்; அவன் ஏறிச் செல்லும் ரயில் தண்டவாளத்தை விட்டுக் கீழே இறங்கிக் கவிழட்டும்...."

"வேண்டாம், அம்மா! ரயில் கவிழ்ந்தால் அவன் மட்டும் சாகமாட்டான்; அவனுடன் எத்தனையோ நிரபராதிகள் சாக நேரிடும்...'

"பாண்டியனுக்காக மதுரை மாநகரைக் கொளுத்தும் போது கண்ணகி மற்றவர்களுக்காகக் கவலைப்பட்டாளா? இராவணனுக்காக இலங்கையைக் கொளுத்தும் போது அனுமார் சீதாதேவியைத் தவிர மற்றவர்களுக்காக கவலைப்பட்டாரா? அப்படியிருக்க, நான் மட்டும் ஏன் மற்றவர்களைப் பற்றிக் கவலைப்பட வேண்டும்?"

"கோபம் எவ்வளவு கொடியது என்பதைத்தான் அந்தக் கதைகள் காட்டுகின்றன அத்தகைய கோபத்துக்கு நீங்களுமா ஆளாக வேண்டும்........?"

"அந்தக் கதைகள் கிடக்கட்டும்; என்னுடைய கதையைக் கொஞ்சம் தயவு செய்து கேட்கிறீர்களா?" என்று அந்தப் பெண் பேச்சை மாற்றினாள்.

"சொல்லுங்கள்; கேட்கிறேன்" என்றான் கனகலிங்கம்.

"நானும் அந்த நயவஞ்சகனும் சென்னைக் கலா சாலையொன்றில் சேர்ந்து. ஹாஸ்டலில் தங்கிப்படித்து வந்தோம்...."

"ஓஹோ! கதை பழைய கதையாகத்தான் இருக்கும் போலிருக்கிறதே....?"

"வாழ்க்கையே பழைய வாழ்க்கையாயிருக்கும்போது, அதை அடிப்படையாகக்கொண்ட கதை மட்டும் எப்படிப் புதிய கதையாயிருக்கும்?"

'அதுவும் உண்மைதான்! ஆனால், அதற்காக ஒருத்தியைப் பலரும், பலரை ஒருத்தியும் விரும்பும் 'காதல் சாலை'யாகக் 'கலாசாலை' மாறிவிடக் கூடாதல்லவா?"

"ஏது, நீங்கள் ரொம்பப் பொல்லாதவராயிருப்பீர்கள் போலிருக்கிறதே?"

"அதெல்லாம் ஒன்றுமில்லை - பேச்சுத்தான் அப்படியிருக்கும்; நடத்தை அதற்கு நேர் விரோதமாயிருக்கும்!"

"அதுதானே மனித சுபாவம்? - அப்படிப் படித்துக்கொண்டு வரும் போது....."

"உங்கள் இருவருக்குமிடையே காதல் 'தொபுகடீ'ரென்று குதித்ததாக்கும்?"

"அப்படித்தான் வைத்துக்கொள்ளுங்களேன்!"

"நடுவே 'வில்லன்' யாரும் வரவில்லையா?"

"வந்தான், ஆனால் அவன் மகா சாது; பெயர் தசரதகுமாரன். சாட்சாத் தசரதகுமாரனோ சீதா தேவிக்காக சிவ தனுசை முறித்தான்; மாரீசனை வதைத்தான்; இராவணனுடன் போரும் தொடுத்தான். எங்கள் தசரதகுமாரனோ ஒரு முறை என்னுடன் வந்து 'மாட்டினி ஷோ' பார்க்கக்கூட விரும்பவில்லை - அவ்வளவு பயம்!- என்னைப் பார்த்துப் பெருமூச்சு விடுவதோடு தன் காதலை அவன் நிறுத்திக் கொண்டான். இளமையின் இதயத் துடிப்பை அறியாத அவனுடைய நடத்தை எனக்குக் கொஞ்சங்கூடப் பிடிக்கவில்லை..."

"ஆகவே, அறியாத தசரதகுமாரனைக் கைவிட்டு அறிந்த மகானுபாவனுடன் நீங்கள் கூடிக் குலாவினீர்களாக்கும்...?"

"ஆமாம்; அந்த மகானுபாவனின் அழகைவிட அவன் பேச்சுத்தான் எனக்கு மிகவும் பிடித்திருந்தது. என் அழகை அவன் அனுபவித்த விதமே அலாதி! அவன் ரஸனை கண், காது, மூக்கு, உதடு ஆகியவற்றோடு நிற்காது; நான் அணிந்து கொண்டிருந்த நகைகளின் மேல் வேறு திரும்பும். அடிக்கடி அவன் அவற்றைச் சுட்டிக்காட்டி, இந்த நகைகள்கூட உன்னால் எவ்வளவு அழகு பெற்றுவிடுகின்றன!' என்று கூறி அதிசயிப்பான். அதைக் கேட்கும் போதெல்லாம் என் உச்சி குளிர்ந்து விடும் - இப்படி எத்தனையோ சம்பவங்கள் - இத்தனைக்கும் நாங்கள் இருவரும் ஒரே ஊரில் பிறந்து வளர்ந்தவர்கள் கூட அல்ல. எனக்குத் தஞ்சை, அவனுக்கு ராமநாதபுரம்..."

"அப்படிச் சொல்லுங்கள்!- உங்கள் இருவருக்கும் மாதந்தோறும் ஊரிலிருந்து பணம் வந்து கொண்டிருந்த

தாக்கும்? - இந்தக் காதலே எப்பொழுதும் இப்படித்தான்! என்னைப்போல் சொந்தமாக உழைத்துச் சம்பாதித்த காசைக் கொண்டு வாழ்க்கை நடத்துகிறார்களே, அவர்களுக்கிடையே காதல் உதய மாவது அபூர்வம். பிறத்தியார் காசில் வயிற்றை வளர்ப்பவர்களுக்கிடையேதான் அது அளவுக்கு மீறி உதயமாகிறது. இல்லையென்றால் பெற்றோர் காசில் கல்யாணம் பண்ணிக் கொண்டு, சொந்தக் காசில் தனிக் குடித்தனம் செய்ய ஆரம்பித்ததும் பாழும் காதல் அஸ்தமித்துவிடுமா?"

"எங்கள் காதல் கல்யாணமாவதற்கு முன்பே அஸ்தமித்து விட்டதே, அதற்கு என்ன சொல்கிறீர்கள்?"

"என்னைக் கேட்டால் காதல் என்று ஒன்று இந்த உலகத்தில் இல்லவேயில்லை என்று சொல்வேன். உண்மை என்னவென்றால் 'காமம்' என்று சொல்வதற்குச் சிலர் அந்த நாளில் கூச்சப்பட்டிருக்கிறார்கள் அதற்காகக் 'காதல்' என்று அழகாகப் பெயர் வைத்திருக்கிறார்கள்!" என்றான் அவன்.

"இருக்கலாம். சில சமயங்களில் எனக்குக் கூட அப்படித்தான் தோன்றுகிறது. என்றாள் அவள்.

"சில சமயம் என்ன? - எந்தச் சமயத்திலும் எனக்கு அப்படித்தான் தோன்றுகிறது. வாழ்க்கையில் காதலை எதிர்பார்த்து ஏமார்ந்த சில சோணகிரிகளின் கட்டுக் கதை காதல்; அது ஓர் இனிய கனவு அற்புதக் கற்பனை: கதைகளுக்கும் காவியங்களுக்கும் உயிர்நாடி போன்றது ஆனால் படித்து அனுபவிப்பதோடு அதை நிறுத்திக்கொள்ள வேண்டும். வாழ்க்கைக்கு...."

"காதல் தானே உயிர்நாடி போன்றது?" என்றாள் அவள்.

"இல்லையென்று நான் சொல்லவில்லை. ஆனால் தற்காலத் தம்பதிகள் அதைக் கடைப்பிடிப்பதுதான் முடியாத காரியமாயிருக்கிறது!" என்றான் அவன்.

"ஏன் முடியாது? - ஆண்களால் வேண்டுமானால் முடியாமலிருக்கலாம். பெண்களால் நிச்சயம் முடியும்.'

கனகலிங்கம் சிரித்தான்.

"ஏன் சிரிக்கிறீர்கள்?"

"ஒன்றுமில்லை; கதையைச் சொல்லுங்கள்?"

"சரி, கேளுங்கள் - கலாசாலையில் எங்கள் காதல் விழிகளால் வளர்ந்தது; கலாசாலைக்கு வெளியே புன்னகையால் மலர்ந்தது; சினிமா 'மாட்டினி ஷோ'க்களிலும், கடற்கரையோரங்களிலும் எங்கள் காதல் கரங்களாலும் இதழ்களாலும் கனிந்தது. கடைசியில்..."

"கோடை விடுமுறை வந்ததாக்கும்? பிரிய மனமில்லாமல் பிரிந்தீர்களாக்கும்?"

"ஆமாம், அத்துடன் எங்கள் கலாசாலைப் படிப்பும் ஒருவாறு முடிந்துவிட்டது."

"சரி, உங்கள் காதலை உங்களுடைய பெற்றோர் விரும்பியிருக்க மாட்டார்கள்...."

"அது எப்படி உங்களுக்குத் தெரிந்தது?"

"எல்லாம் தெரிந்த கதைதானே?"

"தெரியாத கதைகள் கற்பனையில் வேண்டுமானால் உதிக்கலாம். உண்மையில் உதிக்க முடியாதே!- அப்புறம் கேளுங்கள். எங்கள் காதலை எங்களுடைய பெற்றோர் விரும்பாமற் போகவே. இருவரும் வேறு வழியின்றி வீட்டில் சொல்லிக் கொள்ளாமல் கிளம்பி இங்கே வந்து சேர்ந்தோம்..."

"காந்தர்வ மணம் செய்து கொள்ளலாம் என்று எண்ணி வந்தீர்களாக்கும்?"

"இந்தக் காலத்தில் எங்கே காந்தர்வ மணம் செய்துகொள்வது? கொஞ்ச நாட்கள் இப்படி இருந்து விட்டு, அப்புறம் சென்னைக்குச் சென்று 'ஒப்பந்தக் கல்யாணம்' செய்து கொள்ளலாம் என்று இருந்தோம். அதற்குள்..."

"என்ன நடந்தது?"

"அதைத்தான் இதோ சொல்லப் போகிறேனே. அன்றிரவு நாங்கள் வீட்டை விட்டுக் கிளம்பும் போது ஒரே இருட்டு. அந்த இருட்டுக்கு வெளிச்சமாயிருந்தது. எதிர்காலக் கனவுகள்!- அதன் மயக்கத்தில் எங்களை நாங்கள் மறந்து ஒருவரை யொருவர் திரும்பிக்கூடப் பார்க்காமல் மிதந்து சென்றோம். இடையில் ஒரே ஒரு பயம் மட்டும் அடிக்கடி எங்களை எச்சரித்துக் கொண்டிருந்தது. அது, 'நம்மை யாரும் இந்தக் கோலத்தில் பார்த்து விடாமல் இருக்கவேண்டுமே என்ற பயந்தான்!"

"உண்மை! அந்தச் சமயத்தில் 'மக்கள் ஒருவரைப்பற்றி யொருவர் தெரிந்து கொள்ளாமலிருப்பதே ரொம்ப நல்லது' என்றுகூட நீங்கள் எண்ணியிருப்பீர்களே?"

"ஆமாம்; அதைத்தான் நானும் அப்போது எண்ணி ஆனந்தப்பட்டுக் கொண்டிருந்தேன். ஊரில் ஒரு சிலர் தெரிந்தவர்களாயிருக்கும்போதே நமக்கு இவ்வளவு சங்கடமாயிருக்கிறது; உலகத்தில் எல்லோருமே தெரிந்தவர்களாயிருந்துவிட்டால் வேறு வினையே வேண்டாம் - நல்ல வேளையாக, நான் பயந்ததற்கு ஏற்றாற்போல் அன்று ஒரு சம்பவமும் நிகழவில்லை. மேலும், வழியில் எங்களைக் கண்டு யாரும் சந்தேகப்படாமலிருப்பதற்காக அவன் ஏற்கனவே ஒரு தாலியையும் கொண்டு வந்து என் கழுத்தில் கட்டியிருந்தான்!-- அப்புறம் கேட்பானேன்? அதுவே புதுமணத் தம்பதிகளைப் போல நாங்கள் நடந்து கொள்வதற்கு 'லைஸென்'ஸாகவும் 'பெர்மிட்'டாகவும் இருந்தது. அதன் காரணமாக எந்த விதமான உபத்திரவமும் இன்றி நாங்கள் இருவரும் இங்கே வந்து சேர்ந்தோம். அன்று மாலை இருவரும் தேன் குடித்த நரிகளைப்போல இங்கே உட்கார்ந்திருந்தபோது அவன் என்னை ஒரு முறை ஏற இறங்கப் பார்த்தான். என்ன பார்க்கிறீர்கள்? என்று கேட்டேன். அவன் விஷமத்தனத்துடன் சிரித்துக்கொண்டே, 'பிறந்த மேனியாக வந்திருக்கிறாயே, அதைத்தான் பார்க்கிறேன்!' என்றான். எனக்கு வெட்கமாக இருந்தது. 'விளையாட்டுக்காக அப்படிச் சொல்லுகிறானாக்கும்' என்று எண்ணி, 'ஏன், என்னுடைய புடவை, ரவிக்கையெல்லாம் உங்கள் கண்ணில் படவில்லையா?' என்று கேட்டேன். 'அதற்குச் சொல்லவில்லை; நகை நட்டுகள் ஒன்றுமில்லாமல் வந்திருக்கிறாயே, அதற்காகச் சொன்னேன்!' என்றான். எனக்கு இது என்னவோ போல் இருந்தது. 'நம்முடைய காதலை விரும்பாதவர்களுடைய நகை நட்டுகள் நமக்கு என்னத்துக்கு என்று எல்லாவற்றையும் கழற்றி வீட்டில் வைத்து விட்டு வந்துவிட்டேன்' என்றேன். 'சரி, தொலையட்டும்' என்றான் அவன். நானும் 'அப்பாடி!' என்று பெருமூச்சு விட்டேன். அன்று மாலை கொஞ்சம் இருட்டியதும் இருவரும் முடுக்கிவிட்ட ராட்டினத்தைப் போல இந்த ஊரைச் சுற்றிச் சுற்றி வந்தோம். அப்பொழுது நாங்கள் பார்த்தவற்றைவிடப் பேசியதுதான் அதிகம். அன்றைய இரவோ, 'என்றும் நீங்காத இரவாக இந்த இரவு இருக்கக் கூடாதா?' என்று என்னை நினைக்கச்

செய்தது. மறுநாள் காலை, 'பகலாயிருப்பதால் நான் மட்டும் வெளியே போய் வருகிறேன்' என்றான் அவன். எனக்கும் அவன் சொன்னது சரி என்று பட்டது. போய் வாருங்கள்; சீக்கிரமாகத் திரும்பிவிடுங்கள்' என்று சொல்லியனுப்பினேன். அன்று போனவன்தான்; அப்புறம் இந்தப் பக்கம் திரும்பவேயில்லை. எனக்கு ஒரே கவலையாகப் போய்விட்டது. அன்று பகல் மட்டுமல்ல, இரவு பூராவும் கண் விழித்து அவனுக்காகக் காத்திருந்தேன் - உஹூம், வரவில்லை; வரவேயில்லை. இந்த விஷயத்தை நான் எப்படி வெளியே சொல்லுவது? - வேறு வழியின்றி என்னை நானே நொந்து கொண்டு, அடுத்த நாள் காலை மாடி வராந்தாவுக்கும் இந்த அறைக்குமாக நடை போட்டுக்கொண்டிருந்தேன். மணி ஏழு, எட்டு என்று பத்தும் ஆயிற்று. எதிர்பாராதவிதமாகத் தபாற்காரன் என் பெயருக்கு வந்திருந்த ஒரு கடிதத்தைக் கொண்டு வந்து என்னிடம் கொடுத்தான். பரபரப்புடன் அதை வாங்கிப்படித்தேன் - அகல்யா! என்னை மன்னித்துவிடு. தெய்வத்தைப்போல நான் ஒன்று நினைக்க. நீ ஒன்று நினைத்துவிட்டாய் - இனிமேல் என்ன செய்வது? - காதலினால் ஆத்மாவைத்தான் திருப்திப்படுத்த முடியும். வயிற்றைத் திருப்திப்படுத்த முடியாது. எனவே ஒன்றும் புரியாமல் நான் வந்த வழியே திரும்பிச் செல்கிறேன். கடவுள் உன்னைக் காப்பாற்றட்டும் - இந்திரன்' என்று அந்தக் கடிதத்தில் அவன் எழுதியிருந்தான். எனக்கு எப்படி இருந்திருக்கும்? - பைத்தியம் பிடித்தவள்போல அந்தக் கடிதத்தை ஒருமுறை. இருமுறை, மும்முறை நான் உற்றுப் பார்த்தேன். பிறகு, சுக்கு நூறாக அதைக் கிழித்து எறிந்துவிட்டு அழுதேன் அழுதேன், அழுது கொண்டே இருந்தேன்."

"பேஷ்! இந்திரன் அசல் இந்திரனாகவே இருந்திருக்கிறானே?" என்றான் அவன்.

"உங்களுக்கு எல்லாம் வேடிக்கையாயிருக்கிறது; எனக்கே வேதனையாயிருக்கிறது!" என்றாள் அவள்.

"எல்லாவற்றையும் வேடிக்கையாகக் கருதுவதால் தான் இந்த உலகத்தில் நான் இன்னும் உயிரோடிருக்கிறேன்!"

"இல்லை, எந்த மூடனாவது நகை நட்டுக்காக யாரையாவது காதலிப்பதுண்டா?"

"அவன் மூடன் இல்லை அம்மா, புத்திசாலி; இன்றைய உலகம் தெரிந்தவன்!" என்றான் அவன்.

"அவனுடைய லட்சணம்" நம்பி வந்தவளை நடுத்தெருவில் விடுவதுதானா?" என்று கேட்டாள் அவள்.

"இல்லை-நம்பி வந்தவளைக் கொண்டு, தான் வாழமுடியுமா என்று முதலில் பார்ப்பது; முடியாது என்று தோன்றினால் அவளைக் கைவிடுவது - இதுதான் இன்றைய உலகம் தெரிந்தவனின் லட்சணம், அதாவது, 'தான் பிறருக்கு உபயோகமாயிருக்கக்கூடாது; பிறர் தனக்கு உபயோகமாயிருக்க வேண்டும்' என்று எவன் நினைக்கிறானோ, அவன்தான் இந்தக் காலத்தில் புத்திசாலி என்று போற்றப்படுகிறான்; மேதை என்று மதிக்கப்படுகிறான்; அவனால் தான் இந்த உலகத்தில் விரும்பியபடியெல்லாம் வாழவும் முடிகிறது!"

"ஆமாம், நீங்கள் சொல்வது கூட ஒரு விதத்தில் உண்மைதான்!"

"ஒரு விதத்தில் மட்டுமல்ல; எல்லாவிதத்திலும் உண்மை!"

"சரி, அப்படியே இருக்கட்டும், அவன் கெட்ட கேட்டுக்குக் கடவுளை வேறு துணைக்கு அழைத்துக்கொண்டிருப்பதைப் பார்த்தீர்களா?"

"பார்க்கப்போனால் கடவுளைத் துணைக்கு அழைப்பவர்கள், கடவுளுக்குப் பயன்படுகிறவர்களெல்லாம் யார் என்று நினைக்கிறீர்கள்? அவர்களில் பெரும்பாலோர் உண்ட வீட்டுக்கு இரண்டகம் நினைப்பவர்கள், தோல் இருக்கச் சுளை விழுங்கிகள், கன்னக்கோல் திருடர்கள் தூங்கும் போது கழுத்தை அறுப்பவர்கள், படுமோசக்காரர்கள், பாவிகள், நயவஞ்சகர்கள் - ஆகியவர்கள்தான்! எப்பொழுதுமே மடியில் கனமில்லாதவனுக்கு வழியில் பயம் இருப்பதில்லையல்லவா?"

"என்னால் நீங்களும் கோபங்கொண்டுவிட்டீர்கள் என்று தெரிகிறது - என்னை மன்னியுங்கள். நான் இன்னும் மூன்று நாட்கள்தான் இங்கே இருக்கமுடியும். அதுவரைதான் இந்த அறைக்கு வாடகை கொடுக்கப்பட்டிருக்கிறது. அதற்குப் பிறகு எங்கே போவது? - எனக்கு ஒன்றும் புரியவில்லை. நான் செய்த தவறைத்தான் அவனும் செய்தான். ஆனால் அவன் ஆண்மகன்: அவனால் வீட்டுக்குத் திரும்ப முடிந்தது. என்னால் திரும்ப முடியுமா?- எனவேதான் உங்கள் உதவியை நாடுகிறேன். இனி நீங்கள்தான் எனக்குத் துணை!" என்று மீண்டும் சொல்லித் தன் கதையை ஒருவாறு முடித்தாள் அகல்யா.

கனகலிங்கம், "நான் எத்தனை நாட்கள் உங்களுக்குத் துணையாயிருக்க முடியும்? இங்கே நானும் மூன்று நாட்கள்தான் இருக்கப்போகிறேன். அதற்குப் பிறகு சென்னைக்குப் போகப்போகிறேன்" என்றான்.

"போனால் என்ன, நானும் உங்களுடன் சென்னைக்கே வந்து விடுகிறேனே!"

"ஏற்கெனவே செய்த தவறு போதாதென்று மீண்டும் தவறு செய்யப் பார்க்கிறீர்கள்...."

"எது தவறு? - என்ன இருந்தாலும் நான் ஒரு பெண்; சமூகத்தில் தனித்து வாழ முடியாதவள். அதிலும் நான் 'வழுக்கி விழுந்தவ'ளாக வேறு ஆகிவிட்டேன். இந்த நிலையில் என்னைப் போன்றவர்களை உங்களைப்போன்ற இதயம் உள்ளவர்கள்தான் ஆதரிக்க வேண்டும்."

"இந்தக் காலத்தில் இதயம் மட்டும் இருந்து பலனில்லையே, அம்மா.....!" என்று ஆரம்பிக்கும்போதே அகல்யா குறுக்கிட்டு, "என்னைப் பார்த்தால் உங்களுக்கு 'அம்மா' மாதிரியா தோன்றுகிறது?" என்று 'நாற்பது வோல்ட்' சிரிப்பொன்றைச் சிரித்தாள்.

கனகலிங்கம் பதிலுக்கு 'எண்பது வோல்ட்' சிரிப்பொன்றைச் சிரித்துவிட்டு, "அழுகையையும் சிரிப்பையும் நினைத்த மாத்திரத்தில் வரவழைத்துக் கொள்வதில் பெண்கள் கை தேர்ந்தவர்கள் என்று சொல்கிறார்களே, அது உண்மைதான்!" என்றான்.

"ஆமாம் உள்ளொன்று வைத்துப் புறமொன்று பேசுவதில் ஆண்கள் கெட்டிக்காரரர்கள் என்று சொல்கிறார்களே, அதுகூட உண்மைதான்!'

"நீ சொல்வதைப் பார்த்தால் இப்பொழுது நம்மிடையே காதல் புனர்ஜன்மம் எடுத்து விட்டது போல் தோன்றுகிறதே?"

"நீங்கள் 'நீ' ஆனபிறகு காதல் புனர்ஜன்மம் எடுக்காமல் என்ன செய்யும்?"

"நாசமாய்ப் போச்சு! காதலுக்குக் காசு அல்லவா நிறைய வேண்டியிருக்கிறது?"

"காசு பெரிதல்ல; எனக்குக் காதல் தான் பெரிது!"

கனகலிங்கம் சிரித்தான்.

"ஏன் சிரிக்கிறீர்கள்?" என்று கேட்டாள் அகல்யா.

"ஒன்றுமில்லை; தூக்கம் வருகிறது!" என்று மீண்டும் அதே பதிலைச் சொல்லிவிட்டு, அவன் ஒரு நீண்ட கொட்டாவி விட்டான்.

"அப்படியானால் போய்த் தூங்குங்கள்; மேலே பேசுவதற்குத்தான் மூன்று நாட்கள் இருக்கிறதே!"

"அது சரி, காதலுக்குத் தூக்கம் பிடிக்காதாமே?"

"ஆமாம், அது ஒரு பசியாம்; அந்தப் பசி தீர்ந்தால் தான் தூக்கம் பிடிக்குமாம்!" என்று சொல்லிக் கொண்டே கனகலிங்கத்தை நெருங்கி, அவனுடைய தோள்களை அதற்குள் பற்றத் துணிந்தாள் அகல்யா.

கனகலிங்கம் கொஞ்சம் விலகி, "ஐயோ, வேண்டாம்; 'பசி' தீர்ந்துவிட்டால் நானும் 'இந்திர'னைப்போல் ஓட்டம் பிடித்தாலும் பிடித்துவிடுவேன்!" என்று சொல்லிக்கொண்டே தன் அறைக்கு விரைந்தான்.

~

# 3

"செத்துத்தான் சமூகத்தின் அனுதாபத்தைப் பெறவேண்டு மென்றால், அந்தப் பாழும் அனுதாபம் வேண்டவே வேண்டாமே!"

— அகல்யா

கனகலிங்கம் வெளியே சென்றதும் அகல்யா ஒன்றும் தோன்றாதவளாய் ஒரு கணம் நின்றாள். மறுகணம் கட்டிலின் மேல் 'தொப்'பென்று விழுந்தாள். அவளையும் அறியாமல் அவளுடைய கைவிரல்கள் ஒன்றையொன்று 'மளக் மளக்'கென்று நெரித்தன. "என்ன இருந்தாலும் அந்தத் தசரதகுமாரனைப்போல் இவர் அவ்வளவு அசடு இல்லை!" என்று அவளுடைய இதழ்கள் முணுமுணுத்தன.

அவ்வளவுதான்; அவளுடைய மனத்தில் அப்புறம் எந்தவிதமான சலனமும் இல்லை. அவளுடைய கண்கள் எதையும் குறிப்பிட்டு நோக்காமல் நிலைத்தது நிலைத்தபடி நின்றன. இமைகள், 'இனி தங்களுக்கு ஒரு வேலையும் இல்லை' என்று எண்ணியோ என்னமோ, அவள் புருவங்களுக்குக் கீழே அசைவற்று ஒதுங்கிவிட்டன.

இந்த நிலையில் தன்னை மறந்து அவள் எவ்வளவு நேரம் இருந்தாளோ தெரியவில்லை. 'தடக்'கென்ற சத்தம் அவள் காதில் விழுந்தது. அந்தச் சத்தத்தின் காரணமாக அவள் மனம் மீண்டும் சலனமுற்றது. கண்கள் நிலை குலைந்தன; இமைகளும் அவற்றைத் தொடர்ந்து தங்கள் வேலையைச் சுறுசுறுப்புடன் செய்ய ஆரம்பித்தன. அப்படியே புரண்டு படுத்து அவள் தலையணையை எடுத்து மார்போடு அணைத்துக் கொண்டு அடுத்த அறையைப் பரிதாபத்துடன் பார்த்தாள்!

அதே சமயத்தில் அந்த அறையில் எரிந்து கொண்டிருந்த மின்சார விளக்கு 'டக்'கென்று அணைந்தது.

"சரி பீஷ்மாச்சாரியார் கதவைத் தாளிட்டுவிட்டார்; விளக்கையும் அணைத்துவிட்டார்!" என்று அகல்யா சிரித்தாள். அத்துடன் அவள் நிற்கவில்லை, "இருட்டில் தான் உங்களுக்குத் தூக்கம் பிடிக்குமோ?" என்றாள் இரு கால்களையும் கட்டிலின்மேல் மாற்றி மாற்றிப் போட்டுக்கொண்டே.

"ஆமாம்; ஏன் அப்படிக் கேட்கிறாய்? - பணக்காரர்களுக்கும் திருடர்களுக்குந்தான் இருட்டில் தூக்கம் பிடிக்காதென்று உனக்குத் தெரியாதா?" என்றான் அந்த அதிகப்பிரசங்கி, தன் அறையில் இருந்தபடியே.

"தெரியும்; அவர்களுடன் காதலர்களையும் சேர்த்துக் கொள்ளுங்கள்!" என்று சொல்லிவிட்டு அவள் சிரித்தாள்; அவனும் சிரித்தான்.

இரண்டு அறைகளிலும் ஒரு வினாடி அமைதி நிலவியது. மறுவினாடி, "என் அறையில் விளக்கு எரிந்து கொண்டிருப்பது உங்கள் தூக்கத்துக்கு எந்த விதத்திலும் இடைஞ்சலாயில்லையா?" என்று கேட்டாள் அவள்.

"நான் என்னத்தைச் சொல்வது? உபசாரத்துக்காக வேண்டுமானால் அதெல்லாம் ஒன்றுமில்லை' என்று சொல்லி வைக்கலாம்!" என்றான் அவன்.

"உள்ளதை உள்ளபடிச் சொன்னதைப் பற்றி ரொம்ப சந்தோஷம்!" என்று கூறிக் கொண்டே எழுந்து சென்று. அகல்யா அணைத்தாள்.

"கதவைத் தாளிட்டுவிட்டு' விளக்கை நிறுத்து!" என்றான் கனகலிங்கம்.

"அவசியமில்லை; உங்களிடம் எனக்கு நம்பிக்கை இருக்கிறது!" என்றாள் அவள் சிரித்துக்கொண்டே.

கனகலிங்கம் உள்ளத்தில் இது 'சுருக்'கென்று தைத்தது. அடுத்த கணம் 'தடக்' என்ற சத்தம் மீண்டும் அவனுடைய அறையிலிருந்து வந்தது; அதைத்தொடர்ந்து அந்த அறையின் கதவும் திறந்தது.

"ஏன் கதவைத் திறந்துவிட்டீர்கள்?" என்று அகல்யா ஏதும் அறியாதவள் போலக் கேட்டாள்.

"உன்னிடமும் எனக்கு நம்பிக்கை இருக்கிறது!" என்றான் கனகலிங்கம்.

"முதலில் இல்லை போலிருக்கிறதே?" என்றாள் அவள்.

"இருந்தது; 'பசியைப் போன்றது காதல்' என்று நீ சொன்னதும் சோற்றைக் கண்ட பசியைப்போல அது பறந்துவிட்டது. என்றான் அவன்

அகல்யா பதிலுக்கு ஒன்றும் சொல்லவில்லை, சிந்தனையில் ஆழ்ந்துவிட்டாள்.

'காதல் ஒரு பசி!- ஆம், காதல் ஒரு பசிதான் - உணவுப் பஞ்சத்தால் வயிற்றுப் பசி ஏற்படுகிறது. கல்விப் பஞ்சத்தால் அறிவுப் பசி ஏற்படுகிறது. அறிவுப்பஞ்சத்தால் காதல் பசி ஏற்படுகிறது!- இல்லையென்றால் அன்பு மிக்க அப்பாவை விட்டு, அருமை மிக்க அம்மாவை விட்டு, இப்படி யாரோ

ஒருவன் பின்னால் 'திடுதிப்'பென்று ஓடி வந்திருப்பேனா? அவன் கடவுளிடம் என்னை ஒப்படைத்துவிட்டுச் சொல்லிக் கொள்ளாமல் கம்பி நீட்டியிருப்பானா?' 'பார்க்கப் போனால் இப்படி நடந்ததில் தான் தவறு என்ன இருக்கிறது? - தான் ஒரு பெண்; என்றைக்காவது ஒரு நாள் அப்பாவையும் அம்மாவையும் விட்டு விட்டு யாரோ ஒருவன் பின்னால் ஓடவேண்டியவள்தானே? - இருந்தாலும் அப்பா, அம்மாவுக்குத் தெரிந்து ஓடுவதற்கும் தெரியாமல் ஓடுவதற்கும் வித்தியாசம் இருக்கிறதல்லவா? பெற்றவர்களுக்குப் பெருமை தேடி வைப்பதற்குப் பதிலாக இப்பொழுது நான் சிறுமையல்லவா தேடி வைத்திருக்கிறேன்? அத்துடன். நானும் பெருமையடைவதற்குப் பதிலாகச் சிறுமையல்லவா அடைந்திருக்கிறேன்?'

'வீடிழந்து வாசலிழந்து, தந்தையை இழந்து. தாயாரை இழந்து. மதி இழந்து, மானம் இழந்து, திடீரென்று எங்கிருந்தோ வந்து அடுத்த அறையில் முளைத்த யாரோ ஒருவனிடம் கூடிக் குலாவும் அளவுக்கல்லவா இப்பொழுது நான் துணிந்துவிட்டிருக்கிறேன்....?'

சீ.சீ! என்ன கேவலம், என்ன கேவலம், நினைக்கும்போதே நெஞ்சம் பதறுகிறதே - இந்த நிலையில் நான் இன்னும் உயிர்வாழ்ந்து கொண்டிருப்பதற்குக் காரணம் என்னவாயிருக்கும்? - உயிரின் மீதுள்ள ஆசையா? ஆம், உயிரின் மீதுள்ள ஆசைதான்!-ஆனால் அந்த உயிர் மிகமிக அற்பமானதென்றும், உலகத்திலுள்ள ஆண் - பெண்கள் மனம் வைத்தால் சுலபமாக உற்பத்தி செய்யக் கூடியதென்றும் சில சில மேதாவிகள் சொல்கிறார்களே, அது உண்மையில்லையா? - உண்மையாயிருந்தால் அப்படிச் சொல்பவர்கள் ஏன் இன்னும் இந்த உலகத்தில் உயிர்வாழ்ந்து கொண்டிருக்கிறார்கள்? மேல் உலகத்துக்குப் போயிருக்கலாமே!'

'எப்படிப் போக முடியும்? - அவர்களும் நானும் - ஏன், இந்த உலகமே - இன்றுவரை உயிர் வாழ்ந்து கொண்டிருப்பதற்குக் காரணம் அந்த ஒரு கண நேர இன்பந்தானே? அந்த இன்பம் மனித உயிரைப் போலவே மிகமிக அற்பமானதாயிருக்கலாம். ஆனால் அந்த அற்ப இன்பத்துக்காக இதுவரை உலகத்தில் நடந்திருக்கும் போராட்டங்கள் எத்தனை படுகொலைகள் எத்தனை! சரிந்த சாம்ராஜ்யங்கள் எத்தனை!- அப்பப்பா! எண்ணத்தான் தொலையுமா? எழுத்தில் தான் அடங்குமா?'

‘அப்படியே இருக்கட்டும், ஆனால் அந்த இன்பத்தைத் தேடிக் கொள்ள வேண்டிய முறையில் தேடிக் கொண்டிருக்கலாமல்லவா? அதற்காக இப்படி வந்து நடுத்தெருவில் நிற்காமல் இருந்திருக்கலாமல்லவா?’

‘அப்பா, அம்மா மட்டும் தன்னுடைய காதலை ஏற்றுக் கொண்டு தனக்கு முறைப்படி கல்யாணம் தன் செய்துவைத்திருந்தால்....?’

‘அப்பொழுது மட்டும் என்ன வாழ்ந்திருக்கப்போகிறது? தன்னை நம்பி - தன்னுடைய சொந்த உழைப்பை நம்பி - வாழ்வதற்குத் தைரியமில்லாத அவன், என்னுடைய நகை நட்டுகளைக் கொண்டு வாழ முடியும் வரை ‘கண்ணே, மூக்கே!‘ என்று என்னுடன் காதல் புரிந்திருக்கப்போகிறான், அதற்குப் பிறகு, ‘அதைக் கொண்டா, இதைக் கொண்டா!’ என்று அப்பாவிடமும் அம்மாவிடமும் விரட்டியடித்திருக்கப் போகிறான்!’

‘என்ன அநியாயம்!- இந்தப் புண்ணியாத்மாக்கள் தான் வருங்காலத் தலைவர்களாமே! சமூகத்தைச் சீர்திருத்தப் போகிறவர்களாமே!’

இதை நினைத்ததும் தன் துயரத்தை மறந்து அகல்யா ‘களுக்’கென்று சிரித்துவிட்டாள். அத்துடன் அவள் சிந்தனையும் கலைந்துவிட்டது. “அட கடவுளே, கடவுளே!” என்று வாய்விட்டுச் சொல்லியபடி, அவள் கட்டிலைவிட்டு எழுந்து, முந்தானையைத் தரையில் விரித்துப் படுக்கப்போனாள்.

இந்தச் சமயத்தில், “கடவுள் இல்லை; இங்கே கனகலிங்கம் தான் இருக்கிறார்!” என்றான் அவன் படுக்கையில் கிடந்தபடியே.

“இன்னும் நீங்கள் தூங்கவில்லையா?” என்று கேட்டாள் அவள்.

“நீ கூட இன்னும் தூங்கவில்லை போலிருக்கிறதே!” என்றான் அவன்.

இருவரும் சிரித்தார்கள்; சிரித்து, தங்கள் குற்றத்தையும் அதனால் ஏற்பட்ட வெட்கத்தையும் ஒருவருக்கொருவர் மறைத்துக்கொள்ளப் பார்த்தார்கள்!

* * *

மறுநாள் பொழுது விடிவதற்கு முன்பே அகல்யா தன்னுடைய தூங்காத தூக்கத்திலிருந்து எழுந்துவிட்டாள். அப்பொழுது இளைய சூரியனின் ஒளியை முகமலர்ச்சியுடன் வரவேற்று முதுமையடைந்த இருள் கொஞ்சசங் கொஞ்சமாக விலகிக்கொண்டிருந்தது. அந்த அபூர்வக் காட்சியைக் கண்டதும் 'பகலுக்காக இரவும், இரவுக்காகப் பகலும் தியாகம் செய்வதுபோல உலகத்தில் ஆணுக்காகப் பெண்ணும் பெண்ணுக்காக ஆணும் தியாகம் செய்தால் வாழ்க்கை எவ்வளவு இன்பகரமாயிருக்கும்!' என்று அகல்யா நினைத்தாள்.

இவ்வாறு நினைத்ததும், 'இப்பொழுதுகூட ஒன்றும் குடி முழுகிப் போய்விடவில்லை; நீ எப்பொழுது வேண்டுமானாலும் தியாகம் செய்யலாம்' என்றது அவளுடைய அந்தராத்மா.

'எப்படி?' என்று கேட்டது அவள் மனம்.

'இது தெரியாதா, உனக்கு? அவனுக்காக நீ உன் உயிரை விட்டு விடலாம்......!'

இதைக் கேட்டதும் அவள் மனம் சீறி எழுந்து. 'அந்தத் துரோகிக்காக நான் என் உயிரை விடவேண்டும்? அதனால் நான் அடையப்போகும் நன்மைதான் என்ன? – மற்றவர்களைப் போல நானும் சமூகத்தின் அனுதாபத்தை வேண்டுமானால் பெறலாம். செத்துத்தான் அந்த அனுதாபத்தைப் பெற வேண்டு மென்றால் எனக்கு அது வேண்டவே வேண்டாமே!' என்று ஆர்ப்பரித்தது.

அதைத் தொடர்ந்து, "ஆம், சமூகத்துக்கும் நான் பலியாக மாட்டேன்; அந்தச் சண்டாளனுக்கும் பலியாக மாட்டேன். இரு தரத்தாரும் எனக்கு வேண்டுமானால் பலியாகட்டும்" என்று சொல்லிக் கொண்டே அகல்யா எழுந்து நின்றாள். அப்போது கட்டுக் குலைந்திருந்த அவள் புடவை மெல்ல மெல்ல நழுவிக் கீழே விழுந்தது. சட்டென்று அதை எடுத்துச் சரிப்படுத்திக் கொள்வதில் முனைந்தாள் அவள்.

அதே சமயத்தில் அந்த அறையின் கதவை யாரோ 'டொக், டொக்' என்று தட்டினார்கள்.

"யார் அது?" என்று கேட்டாள் அகல்யா.

"நான்தான்!" என்றான் கனகலிங்கம்.

"ஓ. பீஷ்மாச்சாரியாரா?- வாருங்கள். வாருங்கள். உங்கள் பிதாமகருக்குக் கல்யாணமாகிவிட்டதா?" என்று கேட்டாள் அகல்யா சிரித்துக்கொண்டே.

கனகலிங்கத்துக்கு ஒன்றும் புரியவில்லை. "பிதாமகருக்குக் கல்யாணமாகாமலா நான் பிறந்து இவ்வளவு பெரியவனாக வளர்ந்திருக்கிறேன்....?" என்று ஏதோ சொல்ல ஆரம்பித்தான்.

அதற்குள் அகல்யா குறுக்கிட்டு, "நீங்கள் முதல் மனைவிக்குப் பிறந்திருப்பீர்கள்; இரண்டாவதாக எந்தப் படகோட்டியின் பெண்ணையும் உங்கள் அப்பா காதலிக்கவில்லையா? அவருக்காக 'நான் கல்யாணம் செய்துகொள்ள மாட்டேன்' என்று நீங்கள் சபதம் எடுத்துக்கொள்ளவில்லையா? 'எத்தனை கல்யாணங்கள் வேண்டுமானாலும் நானே செய்துகொள்கிறேன் நீ ஒரு கல்யாணமும் செய்துகொள்ளாமல் எனக்காகப் பிரம்மச்சாரியாயிருந்தால் சரி!' என்று உங்கள் அப்பா உங்களிடம் சொல்லவில்லையா?" என்று கேள்விக்கு மேல் கேள்வியாக அடுக்கிக்கொண்டே போனாள்.

கனகலிங்கத்துக்கு இப்பொழுதுதான் விஷயம் புரிந்தது. அவன் இடைமறித்து, "நான் பீஷ்மாச்சாரியும் இல்லை; எங்கள் அப்பா எந்தப் படகோட்டியின் பெண்ணையும் காதலிக்கவும் இல்லை!" என்றான்.

"காதலிக்கவில்லை என்று சொல்லாதீர்கள்; காமுறவில்லை என்று சொல்லுங்கள்!" என்று திருத்தினாள் அவள்.

"எப்படி வேண்டுமானாலும் வைத்துக் கொள்!" என்றான் அவன்.

"நல்ல வேளை! பீஷ்மாச்சாரியாரையும் அவருடைய தகப்பனாரையும் எல்லோரும் பின்பற்றவில்லை. அப்படிப் பின்பற்றியிருந்தால் உலகமே சூன்யமாய்ப் போயிருக்கும் - என்ன இருந்தாலும் உங்கள் அப்பா நல்லவராயிருந்திருப்பார் போலிருக்கிறது! அதனால் தான் நீங்கள் ரொம்ப ரொம்ப நல்வராயிருக்கிறீர்கள்!" என்றாள் அகல்யா.

"ஆச்சரியமாயிருக்கிறதே!- நான் நல்லவன் என்று இதற்குள் உனக்கு எப்படித் தெரிந்தது?" என்று கேட்டான் கனகலிங்கம்.

"தாளிடாமல் வைத்திருக்கும் கதவை 'டொக், டொக்' என்று தட்டுகிறீர்களே!- அதிலிருந்தே தெரியவில்லையா, நீங்கள் ரொம்ப ரொம்ப நல்லவர் என்று?"

"அறைக்குள் இருப்பவர்கள் எப்படி எப்படியோ இருக்கலாம். அதனால் உள்ளே வருபவர்கள் அவர்களை எச்சரித்து விட்டு வருவது நல்லதல்லவா?"

"ஆமாம், ஆமாம். வெள்ளைக்காரர்களிடமிருந்து 'சூட்' அணிவது, 'சிகரெட்' குடிப்பது. 'லவ்' பண்ணுவது. டைவர்ஸ்' செய்து கொள்வது. இங்கிலீஷ் படித்து விட்டுத் தமிழைப் பழிப்பது, ஷேக்ஸ்பியரையும் மில்டனையும் கண்டவன்போல் கதையளந்து, கம்பனையும் வள்ளுவனையும் காணாதவன்போல் நடிப்பது - இப்படி அவர்களிடமிருந்து கற்றுக்கொள்ள வேண்டிய 'நல்ல பழக்கங்கள்' எத்தனையோ இருக்க, நீங்கள் போயும் போயும் கதவைத் தட்டி விட்டு உள்ளே வரும் 'கெட்ட பழக்க'த்தைக் கற்றுக் கொண்டிருக்கிறீர்களே?"

"எனக்கென்னவோ அது ஒன்றுதான் அவர்களிடமிருந்து கற்றுக்கொள்ள வேண்டிய நல்ல பழக்கம் என்று தோன்றிற்று; அதனால் அதைக் கற்றுக்கொண்டேன் - அது சரி; இப்போது காலைச் சிற்றுண்டிக் காக உனக்குக் காசு வேண்டாமா?" என்றான் அவன். "தேவலையே ஏழையின்மேல் இவ்வளவு தயவாவது வைத்திருக்கிறீர்களே?" என்றாள் அவள்.

"காரணம் வேறொன்றும் இல்லை. நானும் உன்னைப்போல ஏழையாயிருப்பதுதான்!" என்றான் கனகலிங்கம்.

"நான் பெண்ணாயிருப்பது இல்லையே? - சரி; கொடுங்கள்!" என்றாள் அகல்யா சிரித்துக்கொண்டே.

கோயில் குருக்கள் தீண்டாதானுக்கு விபூதிப் பிரசாதம் வழங்குவது போல அவள் நீட்டிய கையில் ஒரு ரூபாயை எடுத்துப் போட்டுவிட்டுக் குளிக்கும் அறையை நோக்கி நடந்தான் அவன்.

"இது பலனை எதிர்பாராமல் செய்யும் கருமமாக்கும்?" என்றாள் அகல்யா.

கனகலிங்கம் திரும்பி, "ஆமாம்; ஆனால் இதே கருமத்தைச் சிலர் செத்துப் போனவர்களுக்காகச் செய்கிறார்கள்: நான்

உயிரோடிருப்பவர்களுக்காகச் செய்கிறேன் - அவ்வளவுதான் வித்தியாசம்!”

“அந்தக் கருமத்தைச் சொல்லவில்லை நான்... என்று ஏதோ சொல்ல வந்தாள் அவள்.

‘நீ சொல்லும் கருமமும் நான் சொல்லும் கருமமும் ஏறக்குறைய ஒன்றுதான்!” என்று சொல்லி விட்டுப் போனான் அவன்.

* * *

சிறிது நேரத்துக்குப் பிறகு அகல்யா தன்னுடைய காலைக் கடன்களையெல்லாம் முடித்துக்கொண்டு வந்து பார்த்தபோது, கனகலிங்கத்தின் அறை பூட்டப்பட்டிருக்கிறது. ‘எங்கேயோ வெளியே போயிருக்கிறார் போலிருக்கிறது’ என்று எண்ணிக்கொண்டே அகல்யா தன் அறையின் கதவைத் திறந்தாள். உள்ளேயிருந்த மேஜையின்மீது ஐந்து புத்தகங்கள் அடுக்கி வைக்கப்பட்டிருந்தன. அதன் மேல் ஒரு சீட்டும் இருந்தது. அந்தச் சீட்டில், பொழுதை வீணாகப் போக்காதே; அப்படிப் போக்குவதாயிருந்தால் எந்தச் சமயத்திலும் உன்னை கைவிடாத நண்பர்களான புத்தகங்களைப் படிப்பதில் போக்கு என்று எழுதியிருந்தது. “எல்லாம் அவருடைய வேலைதான்!” என்று குறுநகை பூத்துக்கொண்டே அவற்றில் ஒன்றை எடுத்துப் படிக்க ஆரம்பித்தாள் அகல்யா.

~

# 4

"ஏம்ப்பா... உங்கிட்ட இங்குல்க. பொஸ்தகம் எதுனாச்சும் கீதாப்பா?"
— திடீர்ப் பிரமுகர்

அன்று காலை மணி எட்டு இருக்கும். அகத்தியர் விழா, கோழையை வீரனாக்கும், மிருகத்தை மனிதனாக்கும், மனிதனை அமரனாக்கும் பாரதியார் பாடலுடன் ஆரம்பமாயிற்று. தமிழை மறுபடியும் தனி உடமையாக்கப் பார்க்கும் தனித் தமிழ்ப் பண்டிதர்களும், இலக்கியச் சனாதனிகளும் அந்தப் பாடலைப் பாடி முடிக்கும் வரை தாங்கள் காதுகளைப் பொத்திக் கொண்டிருந்தனர். கேட்டால் புரிந்து விடுமோ, உள்ளத்தைத் தொட்டு உலுக்கிவிடுமோ, உணர்ச்சி வெள்ளத்தைப் பெருக்கி அகத்தின் அழுக்கை அகற்றிவிடுமோ என்று அவர்களுக்குப் பயம்!

கனகலிங்கம் அவர்களைப்போல் பதுங்கவுமில்லை; பயப்படவுமில்லை! விழாப் பந்தலுக்கு வெளியே அவன் புத்தகங்களைத் தரையில் பரப்பிவிட்டு, பாரதியாரின் பாடலை கண்களில் நீர் மல்கக் கேட்டுக் கொண்டிருந்தான்.

"ஏம்ப்பா!"

கனகலிங்கம் திரும்பினான். அவனுக்கு எதிரே தொந்தி பெருத்த மனிதர் ஒருவர் நின்று கொண்டிருந்தார். அவரைப் பார்த்தால் குறைந்த பட்சம் ஒரு நூறு பேருடைய உழைப்பையாவது அவர்களுக்குத் தெரியாமல் தொடர்ந்து திருடித்தின்று கொண்டிருப்பவர் போலத் தோன்றியது. அடியில் தும்பைப் பூவை நிகர்த்த 'கிளாஸ்கோ' வேஷ்டி; மேலே சிலுசிலுக்கும் பட்டுச் சட்டை; கழுத்திலிருந்து கால் வரை நீண்டு தொங்கிப் பளபளக்கும் சரிகை உத்தரீயம்; சண்டைக்குச் சிண்டைக் கொடுக்காமலிருப்பதற்காக வெட்டிக் கொண்டிருந்த 'ஸம்மர்' கிராப்; காதில் வைரக் கடுக்கன்; பயங்கர மீசை ஆகியவை யெல்லாம் சேர்ந்து திடீர்ப் பிரமுகர்' என்று எடுத்துக்காட்டின. அவருடைய கை விரல்களில் மின்னிக்கொண்டிருந்த வைர மோதிரங்களுக்கிடையே பழைய ஆங்கிலப் பத்திரிகையொன்று பரிதாபமாக விழித்துக் கொண்டிருந்தது!

கனகலிங்கம் அவரை ஒரு தினுசாகப் பார்த்துக்கொண்டே, 'என்ன வேண்டும்?' என்று கேட்டான். வந்தவர் கீழே கிடந்த புத்தகங்களையெல்லாம் ஊடுருவிப் பார்த்துவிட்டு, "உங்கிட்ட இங்குல்சு பொஸ்தகம் எதுனாச்சும் கீதாப்பா?" என்று வெளிச்சம்' போட்டார்.

கனகலிங்கத்துக்கு விஷயம் புரிந்து விட்டது. அவன் "இல்லை" என்று சொல்வதற்குப் பதிலாக, "ஓ எஸ்! வாட் யூ

வாண்ட்?" என்று ஒரு போடு போட்டுவிட்டு, அவருடைய முகத்தை வைத்த விழிவாங்காமல் பார்த்தான்.

"என்னப்பா சொல்றே நீ?" என்றார் அந்தப் பிரமுகர்.

"ஒன்றும் சொல்லவில்லை; போய் வாரும் ஐயா, போய் வாரும்!" என்றான் கனகலிங்கம்

முகத்தில் அசடு வழியத் 'திடீர்ப் பிரமுகர்' அவனைத் திரும்பித் திரும்பிப் பார்த்துக்கொண்டே சென்றார். அவருடன் வந்திருந்த ஒரு காலி பாக்கெட் ஆசாமி, "என்ன தம்பி, உனக்கு விஷயம் தெரியாது போல இருக்குது! ஐயாவுடைய செலவிலே தான் இந்த விழா நடக்கிறதாக்கும்?" என்றான்.

"தெரியாமலென்ன? - தெரிகிறது, தெரிகிறது!" என்றான் கனகலிங்கம்.

அவர்கள் சென்றதும் யானைக் காதுகள் போன்ற 'கால'ரைத் தூக்கி விட்டுக்கொண்டு, கையில் புகையும் 'டேஞ்சர் லைட்'டைப் பிடித்துக்கொண்டு, இந்தத் துரதிஷ்டம் பிடித்த நாட்டின் வருங்காலத் தலைவர்கள் என்று சொல்லப் படுபவர்களில் ஒருவர் வந்தார். அவர் கனகலிங்கத்தைக் கம்பீரமாக நோக்கி, "ஆண் - பெண் மர்மங்கள் இருக்கிறதா?" என்று பளீர்' என்று கேட்டார்.

"ஆண் - பெண் மர்மமா-! எனக்குத் தெரிந்தவரை ஆண் ஆண்தான்; பெண் பெண்தான். இதில் என்ன மர்மம் இருக்கிறது. சுவாமி?" என்றான் கனகலிங்கம்.

"சரி, மர்மம் இல்லாவிட்டால் தொலையட்டும்; இரகசியங்கள்...?"

"என்ன இரகசியம்...?"

"ஆண் - பெண் இரகசியம்தான்!"

"அந்த இழவெடுத்த இரகசியத் தைத்தான் வாழையடி வாழையாகத் தினசரி எல்லோரும் தங்கள் தங்கள் வாழ்க்கையில் பார்த்துக் கொண்டிருக்கிறார்களே, புத்தகம் வேறு வேண்டுமா?"

"இருந்தால் கொடு; இல்லையென்றால் இல்லை' என்று சொல்லிவிட்டுப் போயேன்!- வீண் பேச்சு எதற்கு?" என்று விறைப்புடன் சொல்லிவிட்டு அந்த 'வருங்காலத் தலைவர்' விடுவிடுவென்று சென்றார்.

அவர் சென்றதும் தோளின்மீது அணைக்கயிற்றைப் போட்டுக்கொண்டு ஒரு பால்காரன் வந்தான். அவன் எல்லாப் புத்தகங்களையும் ஆவலுடன் எடுத்துப் புரட்டுப் புரட்டென்று புரட்டிப் பார்த்துவிட்டு, "இன்னா நைனா, எல்லாத்திலும் அச்சுப் போட்டுக்கீதே? வெள்ளையா ஒண்ணுமே இல்லையே?" என்று கேட்டான்.

"எதுக்கு நைனா?" என்று திருப்பிக் கேட்டான் கனகலிங்கம்.

"பால் கணக்கு எழுத நைனா?!" என்றான் அவன்.

கனகலிங்கத்துக்கு ஆத்திரம் தாங்கவில்லை. "அடதமிழா, தமிழா!" என்று தன் அடிவயிற்றில் அடித்துக்கொண்டான்.

"நீ இங்கிலீசுக்காரனா இருந்தா இரு நைனா, நான் தமிழனாவே இருந்துட்டுப் போறேன்!" என்று சொல்லிக்கொண்டே அவன் நடையைக் கட்டினான்.

அதே சமயத்தில், "....விழா இத்துடன் முடிந்தது. மீண்டும் மாலை மூன்று மணிக்கு ஆரம்பமாகும்" என்று தலைவர் அறிவித்தார்.

கனகலிங்கம் கூட்டம் கலைந்ததும் புத்தகங்களை எடுத்து அவசர அவசரமாக அடுக்கிக் கட்டிக்கொண்டு 'நளா விலா'சுக்குத் திரும்பினான்.

* * *

புத்தகக் கட்டை மேஜையின் மேல் 'தொப்'பென்று போட்டதும் "யார் அங்கே?" என்று தன் அறையைவிட்டு வெளியே வந்தாள் அகல்யா

"நான்தான், சாப்பாட்டு வேலையெல்லாம் முடிந்துவிட்டதா?" என்று அவளை விசாரித்தான் கனகலிங்கம்

"இல்லை; நீங்கள் வந்த பிறகு சாப்பிடலாமென்று இருந்தேன்!" என்றாள் அகல்யா

கனகலிங்கம் சிரித்தான்.

"ஏன் சிரிக்கிறீர்கள்?"

"ஒன்றுமில்லை; சாப்பாட்டுக்குக் காசு வேண்டாமா?'

"வேண்டாம்; காலையில் கொடுத்த காசில் மிச்சம் இருக்கிறது!"

"சரி; என்ன இருந்தாலும் பெண்கள் சிக்கனம் பிடிப்பதில் கெட்டிக்காரர்களல்லவா? அதற்கு நீ மட்டும் எப்படி விதிவிலக்காயிருக்க முடியும்? - நான் சாப்பிடப் போகிறேன்; நீயும் சாப்பிடப் போ!" என்று சொல்லிவிட்டுக் கனகலிங்கம் கீழே இறங்கினான். அகல்யாவும் அவனைத் தொடர்ந்து கீழே இறங்கினாள்.

சிறிது நேரத்துக்குப் பிறகு, கனகலிங்கம் சாப்பிட்டுவிட்டு மேலே வந்தான். சட்டைப் பையில் சாவியைக் காணோம். 'எங்கே வைத்துவிட்டோம்?' என்று இப்படியும் அப்படியுமாகக் கொஞ்சம் நடைபோட்டபடி யோசித்துப் பார்த்தான் நினைவுக்கு வரவில்லை. கடைசியில். 'என்னமோ தெரியவில்லை; நம்முடைய புத்தி இரண்டு நாட்களாகத் தடுமாறுகிறது!' என்று அவன் தனக்குத் தானே முணுமுணுத்துக் கொண்டான். அடுத்த கணம் எதற்கும் கீழே சென்று சாப்பிட்ட இடத்தில் பார்த்தால் என்ன?' என்று தோன்றிற்று அவனுக்கு. 'சட்'டென்று திரும்பி, மாடிப் படிகளில் இறங்கினான்.

அதே சமயத்தில், "நில்லுங்கள்; சாவியைத்தானே தேடிக்கொண்டு வருகிறீர்கள்?" என்று கேட்டுக்கொண்டே, அகல்யா அவனுக்கு எதிரே வந்தாள்.

அப்போது. அவள் எடுத்து வைத்த ஒவ்வொரு அடிக்கும் ஏற்றாற்போல் அவளுடைய இடை அசைந்தது. அந்த அசைவுக்குத் தகுந்தாற்போல அவள் பின்னலும் ஆடி அசைந்து அழகுக்கு அழகு செய்தது! அவ்வளவுதான்; கனகலிங்கம் தன்னை மறந்தான் - தன் சாவியையும் மறந்தான்!

'ஆஹா! இந்தக் காட்சியை முன்னாலிருந்து பார்ப்பதைவிடப் பின்னாலிருந்து பார்த்தால் எவ்வளவு அற்புதமாயிருக்கும்!' என்று எண்ணி அவன் மனம் பரவசமடைந்தது.

அதற்குள் இன்னொரு காட்சி! - அவள் இடறி விழாமலிருப்பதற்காகத் தன் புடவைத் தலைப்பை ஒருகையால் கொஞ்சம் தூக்கிப் பிடித்துக் கொண்டு மேலே மேலே வந்து கொண்டிருந்தாள். அதன் காரணமாக உள்ளே அணிந்து கொண்டிருந்த சித்திரப் பாவாடை கொஞ்சம் வெளியே தலையை நீட்டிக் கொண்டிருந்தது. முதலில் அதைப் பார்க்க வேண்டாமென்றுதான் நினைத்தான் அவன். ஆயினும் மனம் கேட்கவில்லை; பார்த்தான். "என்ன பார்க்கிறீர்கள்?" என்று சிரித்துக் கொண்டே கேட்டாள் அவள்.

அவன் திடுக்கிட்டு, "ஒன்றுமில்லை!" என்று அசடுவழியச் சொன்னான்.

அதற்குப் பிறகு என்னத்தைச் சொல்ல?- அவனும் கீழே இறங்கவில்லை அவளும் மேலே ஏறவில்லை!

இருவரும் கண்கள் படபடக்க, இதழ்கள் துடிதுடிக்க, நின்றது நின்றபடி ஒருகணம் நிலை குலைந்து நின்றார்கள்.

மறுகணம் கனகலிங்கம் ஒரு பெரும் பிரயத்தனம் செய்து தன்னைச் சமாளித்துக் கொண்டான். பிறகு தன் வெடவெடக்கும் கைகளை நீட்டி அவன் அவளிடமிருந்த சாவியை வாங்கிக் கொண்டு, "ஏன் இவ்வளவு நேரம்?" என்று சம்பந்தா சம்பந்தமில்லாமல் கேட்டு வைத்தான்.

தன் அழகான முகத்தை இன்னும் அழகு படச் சுளித்துக் கொண்டு, "ஹோட்டல்காரர் என்னை மேலும் மேலும் பொய் சொல்லத் தூண்டுகிறார்; அதனால்தான் இவ்வளவு நேரம்!" என்று பிள்ளையைப் போலக் கொஞ்சினாள் அகல்யா.

"ஏன், நீங்கள் இருவரும் ஏற்கனவே ஏதாவது பொய் சொல்லியிருந்தீர்களா?" என்று அதற்குள் ஒரு நிதானத்துக்கு வந்துவிட்ட கனகலிங்கம் கேட்டான்.

"ஆமாம்; அந்த மோசக்காரன் அவர் ஏதோ அன்று கேட்டதற்கு, எனக்கு இங்கே உத்தியோகம் மாற்றலாகியிருக்கிறது!' என்று சொல்லிவைத்தான். அது மட்டுமல்ல; நாலே நாலு நாட்கள்தான் ஹோட்டலில் தங்கியிருப்போமென்றும், அப்புறம் வீடு பார்த்துக்கொண்டு போய்விடுவோமென்றும் அவன் அளந்து வைத்தான். இப்பொழுது 'உங்கள் கணவர் எங்கே?' என்று அந்த ஹோட்டல்காரர் கேட்கிறார். நான் என்ன வென்று சொல்வது? வீடு கிடைத்துவிட்டதென்றும் ஊரிலிருந்து சாமான்களை எடுத்துக்கொண்டு வரப்போயிருக்கிறாரென்றும் சொன்னேன். அப்படியானால் இப்பொழுது நீங்கள் தனியாகவா இருக்கிறீர்கள்?' என்று கேட்டார். 'இல்லை, அடுத்த அறைக்கு வந்திருப்பவர் அவருடைய நண்பர்தான். அவரிடம் என்னைப் பார்த்துக் கொள்ளும்படிச் சொல்லிவிட்டுப்போயிருக்கிறார்' என்று கடைசிப் பொய்யைத் தூக்கிப்போட்டேன். அவர் மிரண்டு போய், 'அப்படியானால் இந்தாருங்கள் - இது அவருடைய சாவி போலிருக்கிறது; தயவு செய்து இதை அவரிடம் கொடுத்து விடுங்கள்' என்றார்; நான் 'சரி' என்று வாங்கிக்கொண்டு வந்தேன்!" என்றாள் அகல்யா.

"இதற்கா இவ்வளவு சங்கடப்படுகிறாய்? பொய் சொல்லத் தூண்டுபவர்கள், பொய் சொல்வதற்குக் காரணமாயிருப் பவர்களெல்லாம் சங்கடப்படாமல் இருக்கும் போது நீ மட்டும் ஏன் சங்கடப்பட வேண்டும்?" என்றான் கனகலிங்கம்.

"ஏற்கனவே பழக்கமில்லை; அதனால் தான்...."

"பழக்கமில்லாவிட்டால் என்ன? – பழக்கிக் கொடுக்கத்தான் இந்தப் பரந்த உலகம் விரிந்து கிடக்கிறதே!" என்று கையை விரித்துக் காட்டினான் கனகலிங்கம்.

"இருந்தாலும் இதில் இன்னொரு சங்கடமும் இருக்கிறது..." என்றாள் அகல்யா தயக்கத்துடன்.

"அது என்ன சங்கடம்?"

"ஹோட்டல்காரர் அந்த ஓடிப்போனவனுக்கு நீங்கள் நண்பரா என்று உங்களைக் கேட்பதாக வைத்துக்கொள்ளுங்கள். அப்பொழுது நீங்களும் எனக்காகப் பொய்தானே சொல்ல வேண்டியிருக்கும்?"

"உலகத்தில் எத்தனையோ பேர் பெண்ணுக்காக எத்தனையோ பாதகங்கள் செய்கிறார்கள். அப்படியிருக்கும்போது உனக்காக நான் ஒரு பொய் கூடவா சொல்லக்கூடாது?" என்றான் கனகலிங்கம் சிரித்துக்கொண்டே.

இதைக் கேட்டதும் நன்றியுணர்ச்சியால் தன்னை மறந்து அகல்யா இரு கரங்களையும் கனகலிங்கத்தின் கன்னங்களுக்கு அருகே கொண்டு போனாள்.

அந்தச் சமயத்தில் ஹோட்டல்காரர் தம் ஹோட்டலில் சாப்பிட்டுத் தம்முடைய வயிற்றைக் கெடுத்துக்கொள்ள விரும்பாமல் வீட்டுக்குப் போவதற்காக வெளியே கிளம்பி, அந்த வழியே வந்தார்!

அவரைப் பார்த்ததும் அடுப்பங்கரையில் திருட்டுத்தனமாகப் பால் குடிக்கும் பூனை, வீட்டுக்காரியைக் கண்டதும் பதுங்கி ஓடுவதுபோல, இருவரும் ஒருகணம் தயங்கி, மறுகணம் இரண்டே எட்டில் தங்கள் அறையை அடைந்தனர்.

~

# 5

"கௌரவம் தகுதியைப் பொறுத்தது. அது நம்மைத் தேடிக்கொண்டு வரவேண்டுமே தவிர நாம் அதைத் தேடிக் கொண்டு செல்லக் கூடாது. அப்படித் தேடிச் சென்று அடையும் கௌரவம் நிலைக்கவும் நிலைக்காது!"
— கனகலிங்கம்

அன்றிரவு ஹோட்டலுக்குத் திரும்பும்போது கனகலிங்கம் கொஞ்சம் உற்சாகமாகவே திரும்பினான். காரணம் வேறொன்றுமில்லை; அன்று பஞ்சாங்கத்தில் அறுநூறு பிரதிகளும், தொடுகுறி சாஸ்திரத்தில் அறுபது பிரதிகளும் விற்றிருந்ததோடு, திருக்குறளிலுங்கூட ஒரு பிரதி விற்றிருந்ததுதான்!

அவ்வளவு பெரிய திருவிழாவில் இந்தப் புத்தக விற்பனை அப்படியொன்றும் அதிகமில்லையென்றாலும், 'இவ்வளவாவது விற்றதே!' என்பதில் அவனுக்கு ஒரு திருப்தி இருந்தது. அந்தத் திருப்தியில் புத்தகக் கட்டைத் தூக்கி அனாயாசமாகத் தோளில் வைத்துக்கொண்டு, பை நிறையக் காசுகள் குலுங்க, அவன் பெருமிதத்தோடு வந்து கொண்டிருந்தான். வழியில் அவனை நோக்கி, "கூலி வேணுங்களா சாமி, கூலி?" என்று பல்லைக் காட்டினான் ஒருவன்.

"நானே கூலி; எனக்கெதுக்குக் கூலி?" என்று அவனைப் பொருட்படுத்தாமல் சென்ற கனகலிங்கம், நாலு அடிகள் எடுத்து வைத்ததும் அகல்யாவை நினைத்துக்கொண்டு நின்றான்.

'ஒரு வேளை இன்று தன்னை எதிர்பார்த்து அவள் மாடி வராந்தாவில் நின்று கொண்டிருந்தாலும் நின்று கொண்டிருக்கலாம். அவளுக்கு எதிரில் தானே புத்தகக் கட்டைத் தூக்கிக்கொண்டு செல்வது அவ்வளவு நன்றாயிராதல்லவா? அதைவிட ஒரு கூலியுடன் செல்வது கொஞ்சம் கௌரவமாயிருக்குமல்லவா...?'

கனகலிங்கம் அந்தக் கூலியை நோக்கித் திரும்பினான். அவனுக்குச் சிரிப்பு வந்தது, சிரித்தான். வேறு யாரையும் பார்த்துச் சிரிக்கவில்லை; தன்னைத் தானே பார்த்துத்தான் சிரித்துக்கொண்டான்!

இது என்ன வேடிக்கை! இத்தனை நாட்களும் விரும்பாத கௌரவத்தை இன்று தான் என் விரும்பவேண்டும்? - வேண்டாம்; கௌரவத்தை விலைகொடுத்து வாங்க வேண்டாம். 'தனக்கென்று இருக்கும் கௌரவம் தனக்கு என்றும் இருந்தால் போதும்....'

கனகலிங்கம் மேலே நடந்தான்.

"உங்கள் ராசாத்திக்கு ரோசாப்பூ வாங்கிக்கொண்டு போகவில்லையா, ஐயா?" என்று அவனை நோக்கிச் சிரித்துக்கொண்டே கேட்டாள் ஒரு பூக்காரி.

"நான் ராசாவும் இல்லை; எனக்கு ராசாத்தியும் இல்லை!" என்று அவளையும் பொருட்படுத்தாமல் சென்ற கனகலிங்கம், நாலு அடிகள் எடுத்து வைத்ததும் அகல்யாவை நினைத்துக்கொண்டு நின்றான்.

'இன்று அவளுக்கு இரண்டு ரோசாப் பூக்கள் வாங்கிக்கொண்டு போய்க் கொடுத்தால் என்ன? அவற்றின் இதழ்களைப் போலவே அவளும் தன் அழகான இதழ்களை விரித்துச் சிரிப்பாளல்லவா...?'

கனகலிங்கம் பூக்காரியை நோக்கித் திரும்பினான்.

'இது. என்ன பைத்தியம்! யாருக்கு யார் பூ வாங்கிக்கொண்டு போய்க் கொடுப்பது? யாருக்காக யார் சிரிப்பது? - வேண்டாம்; வேண்டவே வேண்டாம். தான் அந்த ஹோட்டலில் தங்கியிருக்கும் வரை தன்னால் இயன்ற உதவியை 'மனிதன் என்ற முறை யில் அவளுக்குச் செய்தால் போதும்...'

கனகலிங்கம் மேலே நடந்தான்.

"ஓ, மச்சான்!... ஓ. மச்சான்!" என்ற கூக்குரல் எங்கிருந்தோ குழைந்து வந்து அவன் காதில் விழுந்தது. 'யாருடைய மச்சானை யார் இப்படி வருந்தி வருந்தி அழைக்கிறார்கள்?' என்று தனக்கு வேண்டாத கவலையை வேண்டுமென்றே வரவழைத்துக் கொண்டு அவன் கவனித்தான். அந்த அழைப்பு ஒரு திரைப்பட இசைத்தட்டிலிருந்து வருகின்றதென்றும், அந்த இசைத்தட்டை ரேடியோக்காரர்கள் ஒலி பரப்புகிறார்களென்றும் அந்த ரேடியோ ஒரு ஸலூனுக்குரியதென்றும் அவனுக்குத் தெரியவந்தது. உடனே தன்னையும் அறியாமல் தன் முகவாய்க் கட்டையைத் தடவிப் பார்த்துக்கொண்டான் அவன்.

'காலையில்தான் நேரமில்லை; இப்பொழுதாவது 'ஷேவிங்' செய்து கொண்டு சென்றால் என்ன? என்று தோன்றிற்று அவனுக்கு. ஸலூனுக்குள் நுழைந்தான். புத்தகக் கட்டை இறக்கி ஒரு மூலையில் வைத்துவிட்டு நாற்காலியில் உட்கார்ந்தான்.

'ஷேவிங்' செய்து முடிந்ததும் அவனுடைய தலையை வாரி விட்டு விட்டு, "ஸ்னோ போடட்டுமா, ஸார்?" என்று கேட்டான் ஸலூன்வாலா.

"வேண்டாம்; நான் எப்பொழுதுமே 'ஸ்னோ' போட்டுக் கொள்வதில்லை" என்று சொல்லிக்கொண்டே நாற்காலியை விட்டுக் கீழே இறங்கிய கனகலிங்கம், அகல்யாவை நினைத்துக் கொண்டு மீண்டும் உட்கார்ந்தான். 'இன்று மட்டும் 'ஸ்னோ' போட்டுக் கொண்டு சென்றால் என்ன? - பார்ப்பதற்குக் கொஞ்சம் குளுகுளுவென்று வசீகரமாயிருக்குமல்லவா...?'

கனகலிங்கம் ஸலூன்வாலாவை நோக்கித் திரும்பினான். குறிப்பறிந்து 'ஸ்னோ பாட்டி'லுடன் கனகலிங்கத்தை நெருங்கினான் அவன்

'என்றுமில்லாத வழக்கம் இன்று மட்டும் என்னத்துக்கு? - வேண்டாம்; வேண்டவே வேண்டாம். இருக்கிற அழகு இருந்தால் போதும்...'

கனகலிங்கம் நாற்காலியைவிட்டு மறுபடியும் கீழே இறங்கினான்.

"'ஸ்னோ' வேண்டாமா?" என்று ஏமாற்றத்துடன் கேட்டான் ஸலூன்வாலா.

"வேண்டாம்; இந்தா காசு!" என்று அவனிடம் இரண்டணாவைக் கொடுத்துவிட்டு, ஹோட்டல் நெருங்கி விட்டதால் புத்தகக்கட்டைக் கையிலேயே பிடித்துக்கொண்டு, கனகலிங்கம் மேலே நடந்தான்.

'நளா விலாஸின் வாசலையடைந்ததும் அவனுடைய கண்கள் அவனையும் அறியாமல் மாடியை நோக்கின. அவன் எதிர்பார்த்தது வீண் போகவில்லை, அங்கே இரண்டு கண்கள் - சாதாரண கண்களல்ல; - கன்னங்கரேலென்று மை தீட்டிய கண்கள் - தங்கள் இமைகளால் சைகை காட்டி, விழிகளால் இன்பமூட்டி, அவனை 'வா, வா!' என்று வரவேற்றுக் கொண்டிருந்தன.

கனகலிங்கம். அந்தக் கண்களைப் பொருட்படுத்தாமல் உள்ளே நுழைய முயன்றான். முடியவில்லை - ஆமாம். முடியவேயில்லை!

அவன் வியப்பும் திகைப்பும் அடைந்தவனாய் நின்றது நின்றபடி யோசித்தான். அப்படி யோசித்துப் பார்த்ததில் 'இன்னொரு முறை அந்தக் கண்களை வெறுமனே பார்ப்பதில் அப்படி ஒன்றும் குற்றமில்லை' என்று தோன்றிற்று அவனுக்கு - பார்த்தான்!

அவ்வளவுதான்; வந்தது மோசம்!- அவன் உள்ளம் சலசலத்தது, உடம்பு கிலுகிலுத்தது.

'இது என்ன அதிசயம்! தான் என்றும் காணாத - தான் என்றும் அனுபவிக்காத - உலக மகா அதிசயமாயிருக்கிறதே! இவ்வாறு தன் உடம்பைக் கிலுகிலுக்கவைப்பதற்கு அந்தக் கண்களில் என்ன கவர்ச்சி இருக்கிறது? என்ன காந்த சக்தி இருக்கிறது? என்ன மந்திரசக்தி இருக்கிறது? என்ன மாய சக்தி இருக்கிறது?'

கனகலிங்கத்துக்கு ஒன்றும் புரியவில்லை - ஆமாம். ஒன்றும் புரியவேயில்லை!

இன்னொரு முறை பார்த்தாலாவது ஏதாவது புரியுமோ என்று அவன் மீண்டும் ஒரு முறை அவளைப் பார்த்தான்.

அவள் புன்னகை பூத்தவண்ணம் அவனைக் கடைக்கண்ணால் கவனித்துக் கொண்டே திரும்பினாள்.

அவள் எதிர்பார்த்தது போலவே அவளுடைய இரட்டைப் பின்னல்கள் அவனுடைய கவனத்தைக் கவர்ந்தன. அந்தப் பின்னல்களுக்கு மேலே நட்சத்திர வடிவில் மல்லிகை மொட்டுக்களை வைத்துத் தைத்திருந்த இரண்டு பட்டைகளை அவள் சூடிக் கொண்டிருந்தாள். வால் நட்சத்திரங்களை ஒத்திருந்த அந்தப் பின்னல்களைக் கண்டதும் அவனால் சிரிக்காமலிருக்க முடியவில்லை; சிரித்தான். அதே சமயத்தில் அவனை நோக்கித் திரும்பிய அவளும் சிரித்தாள்.

ஆனால் இம்முறை அவள் இதழ்கள் மட்டும் சிரிக்கவில்லை; கண்களும் சிரித்தன!

இந்தச் சமயத்தில் "ஸார், ஸார்!" என்று தன்னை யாரோ கூப்பிடுவது போலிருக்கவே, கனகலிங்கம் திடுக்கிட்டுத் திரும்பிப் பார்த்தான். ஸலூன்வாலா அவனுக்கு எதிரே வியர்க்க விறுவிறுக்க வந்து நின்றுகொண்டிருந்தான்

"என்ன...?" என்று ஒன்றும் புரியாமல் அவனை நோக்கிக் கேட்டான் கனகலிங்கம்.

"இந்தாருங்கள், உங்களுடைய புத்தகக் கட்டு! 'ஷேவிங்' பண்ணும்போது 'ஸோப்'பை வழித்து வைப்பதற்கு உபயோகமாயிருக்கட்டுமென்று நான் பழைய 'பேப்பர்'களை யெல்லாம் சேர்த்து ஒரு கட்டாகக் கட்டிவைத்திருந்தேன். அதை எடுத்துக் கொண்டு வந்து விட்டீர்கள்!" என்று சொல்லிக் கொண்டே, தான் கையோடு கொண்டு வந்திருந்த புத்தகக்கட்டை கனகலிங்கத்தினிடம் கொடுத்தான் ஸலூன்வாலா.

கனகலிங்கம் முகத்தில் அசடு வழியத் தன்னிடமிருந்த பழைய பத்திரிகைக் கட்டை அவனிடம் கொடுத்துவிட்டு, புத்தகக் கட்டை வாங்கிக் கொண்டு மேலே சென்றான். அப்படிச் செல்லும் போது, மோசம் ரொம்ப மோசம்! ரொம்ப மோசம்! எனக்கு எப்படி இவ்வளவு பலவீனம் ஏற்பட்டதென்று தெரியவில்லையே! என்று தனக்குள் வியந்து சொல்லிக் கொண்டான் அவன். அது மட்டுமல்ல; அதற்கு ஏதாவது ஒரு மாற்றுக் கண்டுபிடித்தே ஆகவேண்டும் என்றும் தனக்குள் தீர்மானித்துக் கொண்டான் அவன்.

மாடியை அடைந்ததும், "காந்தி மகானின் கொள்கையை நீங்கள் அப்படியே பின்பற்றுகிறீர்கள் போலிருக்கிறது!" என்றாள் அகல்யா.

அவளுடைய பேச்சோடு அவள் சூடியிருந்த மல்லிகைப் பூவின் மணமும் கலந்து வந்து கனகலிங்கத்தின் மனத்தை மயக்கிற்று அவன் அந்த மணத்தை விரும்பவுமில்லை; வெறுக்கவுமில்லை. இரண்டுங் கெட்டான் நிலையில், "ஏன் அப்படிச் சொல்கிறாய்?" என்று கேட்டுக்கொண்டே புத்தகக் கட்டைக் கீழே வைத்துவிட்டுத் தன் அறையின் கதவைத் திறந்தான்.

அதுவரை சுவரில் சாய்ந்தபடி நின்று தன் விழுங்கும் விழிகளால் அவனைக் கவனித்துக் கொண்டிருந்த அகல்யா, "இந்தப் புத்தகக் கட்டை யாராவது ஒரு கூலியின் தலையில் தூக்கி வைக்காமல் நீங்களே தூக்கிக்கொண்டு வருகிறீர்களே என்பதற்காகத்தான் சொல்கிறேன்" என்றாள் கேலியாகச் சிரித்துக்கொண்டே.

“ஓ, அதுவா?- இருக்கிற ஜாதிகள் போதாதென்று ‘கூலி’ என்றொரு தனி ஜாதி யை உண்டாக்க நான் எப்பொழுதுமே விரும்புவதில்லை அது தான் விஷயம்...”

“ரொம்ப அழகுதான்! அப்படியானால் அந்தக் கூலிகள் எப்படிப் பிழைப்பதாம்...”

“பாம்புகள் தங்களை விழுங்கி வாழ வேண்டுமே என்பதற்காகத் தவளைகள் பிழைத்திருக்க வேண்டுமா, என்ன?”

“என்ன இருந்தாலும் நம்மைப் போன்றவர்களுக்குக் கௌரவம் என்று ஒன்று இருக்கிறதே!” என்று சொல்லிவிட்டு, அகல்யா அவன் முகத்தை ஊடுருவிப் பார்த்தாள்.

“கௌரவம் தகுதியைப் பொறுத்தது. அது நம்மைத் தேடிக்கொண்டு வரவேண்டுமே தவிர, நாம் அதைத் தேடிக்கொண்டு செல்லக் கூடாது. அப்படித் தேடிச் சென்று அடையும் கௌரவம் நிலைக்கவும் நிலைக்காது!” என்று சொல்லிக்கொண்டே, புத்தகக் கட்டைத் தூக்கி மேஜையின் மேல் போட்டுவிட்டுக் கனகலிங்கம் திரும்பினான். இருவருடைய கண்களும் நேருக்கு நேராக நோக்கின.

அகல்யா சட்டென்று தன் பார்வையைத் திருப்பி “அப்படிச் சொல்லுங்கள். அதற்காகத்தான் காந்தி மகாத்மாவின் கொள்கையைப் பின்பற்றுகிறீர்களோ?” என்றாள் எதையோ புரிந்து கொண்டவள் போல.

“ஆமாம்; ஆனால் அதே கொள்கையைச் சிலர் தங்களுடைய கருமித்தனத்தைப் பிறருக்குத் தெரியாமல் மறைத்துக் கொள்வதற்காகவும் பின்பற்றுவதுண்டு.....!”

“இப்பொழுது உங்களிடம் மட்டும் கருமித்தனம் இல்லையென்று எப்படிச் சொல்ல முடியும்...?”

“நான் ஏழை; என்னிடம் பணம் தேங்கிக் கிடக்கவில்லை. பணம் எங்கே தேங்கிக் கடக்கவில்லையோ. அங்கே கருமித்தனத்தைக் காணமுடியாது!’

“சரி, உங்களைப் போன்ற ஏழைகளிடம் கருமித்தனத்தைக் காணாவிட்டாலும் அழகை அனுபவிக்கும் தன்மையைக் கூடவா காணமுடியாது?” என்று கேட்டுவிட்டு, அகல்யா ஒரு தினுசாகச் சிரித்தாள்.

"அவன்தான் வயிற்றுக்குச் சோறு தேடுவதிலேயே தன்னுடைய நேரத்தையெல்லாம் கழித்துவிடுகிறானே, அவனால் எப்படி அழகை அனுபவிக்க முடியும்?" என்றான் கனகலிங்கம்.

"நான் அந்த ஏழையைச் சொல்லவில்லை..."

"அப்படியானால் நீ இந்த ஏழையைச் சொல்கிறாயாக்கும்?" என்று சொல்லிச் சிரித்துக்கொண்டே, தன்னை அவளுக்குச் சுட்டிக் காட்டினான் கனகலிங்கம்.

அவன் சிரித்தானோ இல்லையோ, அதுதான் சமயமென்று "அது கிடக்கட்டும்; இங்கே வாருங்களேன் என்று அவனுடைய கரத்தைப் பற்றிக் கரகரவென்று இழுத்துக் கொண்டே தன் அறைக்குச் சென்றாள் அகல்யா

"ஏன், என்ன விசேஷம்?" என்று ஒன்றும் புரியாமல் கேட்டான் அவன்.

"இந்த மேஜையின் மீது என்ன இருக்கிறதென்று பார்த்தீர்களா?"

கனகலிங்கம் அந்த மேஜையைப் பார்த்தான். அதன் மேல் அழகுச் சாதனங்கள் பல வைக்கப்பட்டிருந்தன.

"இவையெல்லாம் உனக்கு ஏது?"

"சென்னையில் ஓர் அந்தரங்கச் சிநேகிதி இருக்கிறாள் எனக்கு. பெயர் சியாமளா. அவளுக்கு என்னுடைய காதல் நாடகமெல்லாம் தெரியும்..."

"தெரிந்தும் சும்மாவா இருந்தாள்....."

"சும்மா இல்லாமல் என்ன செய்வதாம்?"

"ஊர் முழுவதும் பறை சாற்றவில்லையா?"

"இல்லை..."

"ஆச்சரியமாயிருக்கிறதே!- உலகத்தில் எங்கேயாவது பெண்ணுக்குப் பெண் தூற்றாமல் கூட இருப்பதுண்டா, என்ன?" என்று கனகலிங்கம் கேட்டான்.

அகல்யா சிரித்தாள். சிரித்து விட்டு, "நீங்கள் சொல்வதென்னமோ உண்மைதான்!- ஆனால் என் சிநேகிதி அப்படிப் பட்டவளல்ல, அவளுக்கு எப்பொழுதுமே என்னிடம் - அன்பும் அனுதாபமும் உண்டு. நான் இங்கே வந்து சேர்ந்ததும்

முதல் காரியமாக அவளுக்கு ஒரு கடிதம் எழுதினேன், உடனே சந்தோஷம் தாங்காமல் என்னுடைய காதல் கல்யாணத்துக்குப் பரிசாக அவள் இவற்றையெல்லாம் வாங்கி அவசரம் அவசரமாக அனுப்பி வைத்திருக்கிறாள்” என்றாள்.

“இவற்றால் என்ன பிரயோஜனம் உனக்கு?”

“ஏன் பிரயோஜனமில்லை? உங்களுக்குப் பிடித்தமான முறையில் நான் என்னை அழகு படுத்திக் கொள்ளலாமல்லவா?”

“அது என்ன, எனக்குப் பிடித்தாற்போல!- அப்படியே இருந்தாலும் அழகுச் சாதனங்களைக் கொண்டு முகத்தைத்தானே அழகு படுத்திக் கொள்ள முடியும்? அகத்தை அழகு படுத்திக்கொள்ள முடியாதே!”

அகல்யாவுக்கு இது பிடிக்கவில்லை. சட்டென்று அவள் கட்டிலில் உட்கார்ந்து, முகத்தைத் தலையணையில் புதைத்துக் கொண்டாள்.

“அழுகிறாயா, என்ன?”

“ஆமாம், போங்கள் - நீங்கள் சொல்லும் அழகுக்கு அழாமல் சிரிப்பார்களாக்கும்?”

“அழ அழச் சொல்பவர்கள்தான் நல்லவர்கள்; சிரிக்கச் சிரிக்கச் சொல்பவர்கள் கெட்டவர்கள்...’

“நீங்கள் நல்லவராக இருக்க வேண்டாம்; கெட்டவராகவே இருங்கள் போதும்.”

“அப்படியானால் நானும் இந்திரனைப் பின்பற்ற வேண்டியதுதான்!”

இதைக் கேட்டதும் தலையணையிலிருந்து முகத்தை எடுத்துக் கொண்டு அகல்யா ‘களுக்’கென்று சிரித்தாள். அந்தச் சிரிப்போடு கண்ணீரும் கலந்து வந்ததைக் கண்ட கனகலிங்கம், “உலகம் அகத்தைக் கண்டு மயங்குவதில்லை; முகத்தைக் கண்டு தான் மயங்குகிறது. ஆகவே உன் முகத்தை அழகு படுத்திக் கொள்ளுவதற்காக நீ எத்தனை ‘பவுடர் டப்பா‘க்களை வேண்டு மானாலும் வீணாக்கலாம்; தவறொன்றும் இல்லை சரிதானே? - எழுந்து வா; சாப்பிடப் போவோம்!” என்று அவளை அழைத்துச் சென்றான்.

~

# 6

"என்ன இருந்தாலும் ஒருவரை யொருவர் இரகசியமாகச் காதலிப்பதில் ஒரு தனி இன்பம் இருக்கத்தான் செய்கிறது!'

— அகல்யா

**சி**றிது நேரத்துக்குப் பிறகு இருவரும் சாப்பிட்டுவிட்டு மெல்ல அடிமேல் அடி எடுத்து வைத்து மாடிப்படி ஏறிவந்தார்கள். அகல்யா, கனகலிங்கத்தைக் கொஞ்சம் நெருங்கி, "மத்தியானம் அந்த ஹோட்டல்காரரைக் கண்டதும் நீங்கள் பயந்தே போய்விட்டீர்களல்லவா?" என்று கேட்டுவிட்டுக் கைகொட்டி நகைத்தாள்.

கனகலிங்கம் கொஞ்சம் பின்வாங்கி, "ஹோட்டல்காரரைக் கண்டு பயப்படவில்லை; உன்னுடைய கைத்துடுக்கைக் கண்டுதான் பயந்து போனேன்!" என்றான்.

"பொய் சொல்லாமல் சொல்லுங்கள்!" என்று அகல்யா இன்னும் கொஞ்சம் நெருங்கினாள்.

"பொய் சொல்வதற்கு என்னிடம் ஒரு குற்றமும் இல்லையே; உண்மையைத்தான் சொல்கிறேன்!" என்று சொல்லிக் கனகலிங்கம் இன்னும் கொஞ்சம் பின் வாங்கினான்.

இப்படியாக அவள் நெருங்க. இவன் விலக இவன் விலக, அவள் நெருங்க - இருவரும் ஒவ்வொரு படியிலும் நின்று நின்று, ஏறி ஏறிக் கடைசியாக மாடியை அடைந்தார்கள்.

"என்ன இருந்தாலும் ஒருவரையொருவர் இரகசியமாகக் காதலிப்பதில் ஒரு தனி இன்பம் இருக்கத்தான் செய்கிறது!" என்றாள் அகல்யா.

"இருக்கலாம்; எனக்கு அதில் அனுபவமில்லை!" என்றான் கனகலிங்கம்.

"அனுபவம் சும்மா வந்து விடுமா? பழகப் பழகத்தான் வரும்....

"யாரோடு யார் பழகுவது?"

"என்னோடு நீங்கள் பழகுவது..."

"நாசமாய்ப் போச்சு!" என்று அலுத்துக் கொண்டே கனகலிங்கம் தன் அறைக்குச் சென்றான்.

அகல்யா வழக்கம் போல் அன்று தன் அறைக்குச் செல்லவில்லை கனகலிங்கத்தின் அறைக்குள் அவளும் சிரித்துக்கொண்டே நுழைந்தாள்.

"உன்னுடைய அறை இதுவல்ல; பக்கத்தில் இருக்கிறது!" என்றான் அவன்.

"தெரியும்" என்றாள் அவள்.

"சரி, நான் வெளியே போய்விடுகிறேன்!" என்று அவன் எழுந்தான்.

அவள் அதற்கு இடம் கொடுக்கவில்லை; வாயிற்படியின் மேல் தட்டைத் தன் இரு கைகளாலும் பற்றிக் கொண்டு அவனை வழி மறுத்து நின்றாள். "எதற்காக என்னை இப்படி வதைக்கிறாய்?" என்று இரைந்தான் கனகலிங்கம்.

"உங்களுக்குப் புரியாத விஷயத்தைப் புரிய வைப்பதற்காக!" என்றாள் அகல்யா.

"உனக்குப் புரிந்து, எனக்குப் புரியாமலிருக்கும் விஷயம் எதுவும் இருப்பதாகத் தெரியவில்லையே...?"

"இருக்கிறது....!"

"இருந்தால் இருந்துவிட்டுப் போகட்டும்; நீ போய்த் தூங்கு என்றான் அவன்.

"தூங்குகிறேன்; என்னை உங்களுக்குப் பிடிக்கிறதா?" என்று கேட்டுக்கொண்டே அவனுடைய கரத்தைப் பற்றி மெல்ல வருடினாள் அவள். கனகலிங்கத்துக்குத் தர்மசங்கடமாயிருந்தது. "இன்னும் இரண்டு நாட்கள் இவளிடமிருந்து தன்னை எப்படிக் காப்பாற்றிக் கொள்வது?" என்று எண்ணிப் பெரிதும் கவலையடைந்தான். ஆனால் அந்தக் கவலையை அவன் வெளியே காட்டிக் கொள்ளவில்லை. அதனால் அவள் மனம் புண்படு மல்லவா? எனவே, அனுதாபத்துடன் அவளைப் பார்த்தான் அவன். சாவோடு போராடும் அந்திய கால அழகு அவள் முகத்தில் பிரதிபலித்துக் கொண்டிருந்தது. பரிதாபத்துக்குரிய அந்த ஜீவன் பெண்மை உணர்ச்சி யையே இழந்துவிட்டிருந்தது.

'எவ்வளவு பயங்கரமான சோதனை! இவள் தான் பெண்மையை இழந்துவிட்டாளென்றால், இவளுக்காகத்தானுமா ஆண்மையை இழந்துவிடுவது?'

கனகலிங்கம் யோசித்தான், யோசித்தான். யோசித்துக் கொண்டே இருந்தான். கடைசியில்.....

அவனுடைய ஆண்மைதான் வென்றது; பலவீனம் தோற்றது....

'முடியாது, முடியவே முடியாது. பெண்மை என்பது கற்பை இழப்பதுமல்ல; ஆண்மை என்பது அதைக் கெடுப்பதுமல்ல!

இந்தத் தீர்மானத்துக்கு வந்ததும் அவன் அவளை வெறித்துப் பார்த்தான். அவள் ஒரு காரணமுமின்றிச் சிரித்தாள். சிரித்தாள், சிரித்துக்கொண்டே இருந்தாள்.

'இதைப் பருவகாலக் கோளாறு என்றும் சொல்வதற்கில்லை நவீன கால இலக்கியங்களைப் படிப்பதன் காரணமாக உண்டாகும் கோளாறு என்று வேண்டுமானால் சொல்லலாம்! இல்லையென்றால் ராஜாக்களிடத்திலும் ராணிகளிடத்திலும், அரண்மனைகளிலும் அந்தப் புரங்களிலும், மாட மாளிகைகளிலும் கூட கோபுரங்களிலும் வளரவேண்டிய காதலை இந்த அப்பாவி பெண் ஏன் இப்படிக் கட்டிக் கொண்டு அழுகிறாள்....?'

'அட, கஷ்டமே! இன்று ராஜாக்களைக் காணோம் ராணிக்களைக் காணோம்; அரண்மனைகளைக் காணோம், அந்தப்புரங்களைக் காணோம்; மாடமாளிகைகளைக் காணோம் கூடகோபுரங்களைக் காணோம் - அப்படியிருந்தும் இந்தப் பாழாய்ப் போன காதல் மட்டும் ஏன் இன்னும் உயிரை வைத்துக்கொண்டிருக்கிறது? ஏதும் அறியாத அபலைகளை ஏன் இப்படிப் பிடித்து வாட்டிக் கொண்டிருக்கிறது...?'

கனகலிங்கத்துக்கு வெறுப்பு ஒரு பக்கம்; கோபம் ஒரு பக்கம் - இரண்டையும் மீறி அவன் சிரிக்க முயன்றான்.

'ஆம், சிரித்துப் புரம் எரித்த சிவனைத்தான் இவள் விஷயத்தில் நானும் பின்பற்ற வேண்டும்....'

இந்த முடிவுக்கு வந்ததும் அவன் அவளை மீண்டும் வெறித்துப் பார்த்தான். "என்னை உங்களுக்குப் பிடிக்கிறதா?" என்று அவள் மறுபடியும் கேட்டாள்.

"பிடிக்காமலென்ன? - பாலைப் பிடிக்காத பூனை உண்டா, பூனையைப் பிடிக்காத பால் உண்டா? பட்டாணிக் சுடலையைப் பிடிக்காத குரங்கு உண்டா, குரங்கைப் பிடிக்காத பட்டாணிக் கடலை உண்டா? விளக்கு மாற்றைப் பிடிக்காத முறம் உண்டா, முறத்தைப் பிடிக்காத விளக்குமாறு உண்டா...?"

"இது என்ன, கேட்டதற்கு உண்டு, இல்லை' என்று பதில் சொல்லாமல் சினிமாவில் வரும் காதலன் மாதிரி ஏதேதோ உளற ஆரம்பித்துவிட்டீர்களே....?"

"பின் காதலென்றால் நீ என்ன வென்று நினைத்துக் கொண்டிருக்கிறாய்? - அது ஒரு பைத்தியம்; பைத்தியம் உளறாமல் வேறு என்ன செய்யும்?"

"ரொம்ப அழகுதான்!"

"யார்? -நீயா, நானா?"

"இரண்டு பேரையும் தான் சொல்கிறேன்!"

"இதுவரை உனக்குக் கண்கள் இருக்கின்றன என்று நினைத்துக் கொண்டிருந்தேன். இப்பொழுது இல்லை என்று தெரிகிறது."

"ஏன்?"

"போயும் போயும் என்னை. அழகன் என்று சொல்கிறாயே, இதிலிருந்தே தெரியவில்லையா?"

"எண்ணம் அழகானால் எல்லாம் அழகாகும்."

"அப்படியானால் இப்பொழுது உன்னுடைய எண்ணம் அழகாயிருக்கிறதாக்கும்?"

"ஆமாம்; எண்ணம் அழகாயிருப்பதனால்தான் நீங்கள் எனக்கு அழகனாகத் தோன்றுகிறீர்கள்!"

"ரொம்ப ஆபத்தான விஷயமாக அல்லவா இருக்கிறது, இது?"

"எது ஆபத்தான விஷயம்? ஒரு பெண்ணின் வாழ்க்கையை மலர வைப்பது ஆபத்தான விஷயம்?"

"இப்பொழுது நீ சினிமா பாஷையில் பேசுகிறாய் என்று நினைக்கிறேன்..."

"இல்லை 'இலக்கிய பாஷை'யில் பேசுகிறேன்..."

"எந்தப் பாஷையாக வேண்டுமானாலும் இருக்கட்டும், நானும் அதே பாஷையில் பேசட்டுமா? - மலர் இருக்கிறதே மலர், அது இருமுறை மலர்வதில்லை. ஒரு முறைதான் மலர்கிறது!"- அவன் முகம் கடுகடுத்தது.

"நான் மலர் அல்ல: பெண்!" அவள் முகம் சிடுசிடுத்தது.

"ஆமாம். ஒரு காலத்தில் நீ பெண்ணாகத்தான் இருந்திருக்க வேண்டும். இப்பொழுது..."

தான் சொல்ல வந்ததை அவன் சொல்லி முடிக்கவில்லை: அதற்குள் அவள் பொறுமையிழந்து, "பேயாகிவிட்டேனா?" என்றாள். அவள் கண்கள் கலங்கின; 'இதோ வந்துவிட்டோம்!' என்று கண்ணீர்த் துளிகள் வேறு கீழே விழுந்து சிதறி அவனைப் பயமுறுத்தின.

"இல்லை; பேய் கண்ணுக்குத் தெரியாமல்தானே ஆளைப் பிடித்து ஆட்டுகிறது?" என்றான் அவன், அவளுடைய முகத்தைப் பார்க்கப் பிடிக்காமல் எங்கேயோ பார்த்துக் கொண்டே.

"நான் கண்ணுக்குத் தெரிந்து உங்களைப் பிடித்து ஆட்டுகிறேனாக்கும்?" என்றாள் அவள், அவனைப் பார்க்கப் பிடிக்காமல் தலையைக் குனிந்து கொண்டே.

"ஆமாம்; ஆனால் அம்பலத்தில் ஆட்டி வைக்கவில்லை - அறையிலேயே ஆட்டி வைக்கிறாய்!" என்று அவன் விறைப்புடன் அவள் இருந்த பக்கம் திரும்பினான்

அவ்வளவுதான்; அகல்யா அதுவரை இழந்திருந்த பெண்மையை மீண்டும் பெற்றாள். அவளுக்கு அழுகை பொத்துக் கொண்டு வந்துவிட்டது. 'குபுக்'கென்று அழுதே விட்டாள்!

இப்பொழுதுதான் சிவன் சிரித்து மட்டும் புரத்தை எரிக்கவில்லை; நெற்றிக் கண்ணையும் காட்டித்தான் எரித்தான்! என்னும் விஷயம் கனகலிங்கத்துக்குப் புலப்பட்டது. அதே மாதிரி நாமும் இப்பொழுது நெற்றிக் கண்ணைத் திறந்துவிட்டோமா, என்ன?

அவன் மௌனமானான். ஒருகண நேர மௌனத்துக்குப் பிறகு அவன் மனம் வேறு திசையை நோக்கித் திரும்பிற்று - ஐயோ பாவம் உலகம் தெரியாத அபலை அவள்!- காதலை உண்மையென்று நம்பினாள். அந்தக் காதலுக்காகத் தன்னை ஒருவனுக்கு அர்ப்பணித்தாள் அவன் அவளைக் கைவிட்டான். அதற்காக அவள் செத்துப்போக விரும்பவில்லை; வாழவிரும்புகிறாள். ஆண்களுக்கு மட்டும் அந்த உரிமையை அளிக்கும் சமூகம் பெண்களுக்கு அளிக்க மறுக்கிறது - இது

அக்கிரமந்தானே?' - இந்த நிலையற்ற எண்ணத்துக்கு ஒரு கணம் உள்ளானதும், "உன் மனத்தைப் புண்படுத்திவிட்டேனா; என்ன? - சொல்லு அகல்யா, சொல்லு?" என்று அவன் குழைந்தான்.

'கலகல'வென்று கண்ணீரை உதிர்த்துக் கொண்டே அவள் அவனை ஏற இறங்கப் பார்த்தாள்.

"அழாதே, அகல்யா!" என்றான் கனகலிங்கம்.

அந்தச் சமயத்தில் அகல்யாவுக்கு என்ன சொல்வது, என்ன செய்வது என்று ஒன்றும் புரியவில்லை. "ஆமாம் போங்கள்!" என்று அடித்துச் சொல்லிவிட்டு, அதேமாதிரி அந்த அறையின் கதவையும் அடித்துத் திறந்துகொண்டு அவள் வெளியே வந்து நின்றாள்.

அப்போது மணி ஒன்று, இரண்டு, மூன்று என்று பத்து அடித்து ஓய்ந்தது.

கனகலிங்கம் அவளுக்குப் பின்னால் வந்து நின்று, "உலகம் விசித்திரமானது!" என்றான்.

"உங்களைப்போன்ற ஆண்கள் இருக்கும் வரை உலகம் விசித்திரமானதாய்த்தான் இருக்கும்" என்றாள் அகல்யா.

"இல்லை, உன்னைப் போன்ற பெண்கள் இருக்கும் வரைதான் உலகம் விசித்திரமானதாயிருக்கும்..."

"என்னைப் போன்ற பெண்கள் உங்களை என்ன செய்கிறார்களாம்?"

"ஒன்றும் செய்யவில்லை; முறைப்படி கல்யாணம் செய்துகொண்டு ஆண்களை அடிமை கொள்வதற்குப் பதிலாக, அவர்கள் முறைதவறிக் காதல் செய்து தங்களை ஆண்களுக்கு அடிமைகளாக்கிக்கொண்டு விடுகிறார்கள்!"

இதை அவன் அனுதாபத்தோடுதான் சொன்னான். ஆயினும் அந்தச் சமயத்தில் இது அவளுக்கு ஆறுதல் அளிக்கக் கூடியதாயில்லை. எனவே, "அது அவரவர்களுடைய இஷ்டத்தைப் பொறுத்தது!" என்று இரைந்து கொண்டே தன் அறைக்குள் நுழைந்தாள்

"அப்படியானால் நான் போய்த் தூங்கட்டுமா?"

"பேஷாய்த் தூங்குங்கள்!"

அவன் சென்றதும் என்ன தோன்றிற்றோ என்னமோ, தனக்கு அருகில் கிடந்த தலையணையைத் தூக்கி மடியின் மேல் வைத்துக் கொண்டு, முகத்தைக் கைகளால் பொத்திக் கொண்டு, விம்மி விம்மி அழுதாள்.

அவளுடைய துக்கத்தைத் தாங்க மாட்டாமல் தானோ என்னவோ, அதே சமயத்தில் வானமும் அவளுடன் சேர்ந்து குமுறிக் குமுறி அழுதது!

ஆம், அந்தப் பெருமழையின் சத்தத்தையும் மீறி அகல்யாவின் விம்மல் சத்தம் வந்து கனகலிங்கத்தின் ஆண்மையை மீண்டும் மீண்டும் சோதித்துக்கொண்டே இருந்தது. 'நொய், நொய்' என்று சுழன்று சுழன்று அடிக்கும் ஆடிக்காற்றில் அகப்பட்டுக்கொண்ட துரும்பைப் போல அவன் ஒரு நிலைக்கு வரமுடியாமல் தவியாய்த் தவித்தான்.

~

# 7

"....பொன்னுக்கும் பொருளுக்கும் உள்ள மதிப்பு இந்தக் காலத்தில் பெண்ணுக்கு — ஏன், அவள் கற்புக்குக் கூட இல்லைதான்!"   — கனகலிங்கம்

நீண்ட நேரம் அகல்யாவின் அழுகையைச் கனகலிங்கத்தால் சகித்துக் கொண்டிருக்க முடியவில்லை. அவன் ஏதோ ஒரு முடிவுக்கு வந்தவனாய் எழுந்து சென்று தன் அறையின் விளக்கை அணைத்தான்

கனகலிங்கம் விளக்கை அணைத்ததும் அகல்யாவுக்குப் 'பகீர்' என்றது. தன்னுடைய அழுகையைப் பொருட்படுத்தாமல் அவன் எங்கே படுத்துக்கொண்டு விடப்போகிறானோ என்ற பயந்தான்!

நல்ல வேளையாக அப்படியெல்லாம் ஒன்றும் நேரவில்லை, மெல்ல அடிமேல் அடி எடுத்துவைத்துக் கனகலிங்கம் அவளுடைய அறைக்குச் சென்றான். அவனைக் கண்டதும் தன் மடியின் மேலிருந்த தலையணையைத் தூக்கித் தூர எறிந்துவிட்டு அவள் விறைப்புடன் எழுந்து நின்றாள். கனகலிங்கம் சிரமப்பட்டுச் சிரிப்பை வரவழைத்துக் கொண்டு சிரித்தான். அவள் அவனை எரித்து விடுபவள் போல் பார்த்தாள். "கோபத்திலும் நீ மரியாதையை மறக்கவில்லை போலிருக்கிறதே!" என்றான் அவன். பதில் இல்லை. "ஒருவேளை நீ எழுந்து நின்றதும் கோபத்தின் அறிகுறிதானோ?" என்றான் அவன் மீண்டும்.

பதில் இல்லை.

"சரி, அப்படியானால் வருகிறேன்!" என்று சொல்லிவிட்டுக் கனகலிங்கம் அவளைக் கடைக்கண்ணால் பார்த்துக்கொண்டே தன் அறைக்குத் திரும்பினான்.

அவன் எதிர்பார்த்தது நடந்தது அதுவரை கடைப்பிடித்து வந்த மௌனத்தை அகல்யா கலைத்தாள்!

ஆம், அவளுடைய உள்ளத்தை ஏதோ ஒரு சபலம் உந்தித் தள்ளவே, அதுவரை அசையாமலிருந்த அவள் அசைந்தாள். அது மட்டுமல்ல; நின்ற நிலையிலிருந்து ஓர் அடி எடுத்து முன்னால் வைத்து, "என்ன யோசனை? - சொல்லிவிட்டுப் போங்களேன்" என்றும் சொன்னாள்.

பாவம், அந்த நிலையிலும் அவளுடைய முகம் அவனிடம் எதையோ எதிர்பார்த்து மலர்ந்து தொலைந்தது. கனகலிங்கம் வெற்றிப் புன்னகையுடன் திரும்பி, "அந்த இந்திரன் எழுதிய கடிதம் உன்னிடம் இருக்கிறதா?" என்று கேட்டான், கண்களை உயர்த்தி நெற்றியைச் சுருக்கிக் கொண்டே.

இந்த ரஸமற்ற கேள்வியைக் கேட்டதும் அவள் முகம் குவிந்தது. இருந்தாலும், "ஏன்?" என்று ஏமாற்றத்துடன் கேட்டு வைத்தாள்.

"அந்தக் கடிதத்தைக் கொண்டு நான் அவன் மீது போலீஸ் நடவடிக்கை எடுக்கலாமென்று நினைக்கிறேன்....."

"எதற்காம்?"

"கடமையை அவனுக்கு உணர்த்துவதற்கு..!"

"நான் கடமையை விரும்பவில்லையே; காதலை விரும்புகிறேன்........"

"காதல், காதல் என்று கிளிப்பிள்ளை போல் சொன்னதையே திருப்பித் திருப்பிச் சொல்லிக் கொண்டிருப்பதில் என்ன பிரயோஜனம்? - உலகத்தில் காதலைவிடக் கடமைதான் மிகவும் சக்தியுடையதாயிருக்கிறது......"

"இருக்கலாம்; அதைப் போலீசின் உதவியைக் கொண்டு உணர்த்த நான் தயாராயில்லை."

"சொல்வதைக் கேள்; அதனால் உன் வாழ்க்கை மீண்டும் மலரும்......."

"மலராது மானம் போகும்!"

"போகிற மானம் ஒரே ஒருவனுக்காக எவ்வளவு வேண்டுமானாலும் போகலாம் - சமூகமும் அதை அனுமதிக்கும்..."

"அதைப் பற்றி எனக்குக் கவலையில்லை."

"உனக்குக் கவலையில்லாமலிருக்கலாம், எனக்குக் கவலையாயிருக்கிறதே!"

"அதற்கு நான் என்ன செய்வதாம்?"

"ஒன்றும் செய்ய வேண்டாம்; அந்தக் கடிதத்தைக் கொண்டுவந்து கொடுத்து விட்டால் போதும்.'

"அதை நான் எப்பொழுதோ கிழித்து எறிந்துவிட்டேன்..!"

கனகலிங்கத்தின் வெற்றிப் புன்னகை இதைக் கேட்டதும் தோல்விப் புன்னகையாக மாறியது. அவன் ஒரு நீண்ட பெருமூச்சு விட்டுவிட்டு, ஆம், அந்தக் கடிதத்தை வந்த அன்றே கிழித்தெறிந்துவிட்டதாக அவள் ஏற்கனவே நம்மிடம்

சொல்லியிருந்தாளே!" என்று தனக்குத் தானே முணுமுணுத்துக் கொண்டான்.

அவனுடைய மனம் மீண்டும் அமைதியை இழந்து தவித்தது. ஒன்றும் புரியாமல் தன் முகவாய்க் கட்டையைத் தடவிக்கொண்டே அவன் நின்றது நின்றபடி நின்றான்.

திடீரென்று இன்னொரு யோசனை தோன்றிற்று அவனுக்கு மறுபடியும் அவன் அகல்யாவை நோக்கி, "உனக்கு அவனுடைய விலாசம் தெரியுமா?" என்று கேட்டான்.

"எதற்கு?" என்று கேட்டாள் அவள்.

"அவனுடைய பெற்றோரிடம் உன்னைக் கொண்டு போய்ச் சேர்ப்பதற்கு!"

அகல்யா சிரித்தாள். "ஏன் சிரிக்கிறாய்?" என்று கேட்டான் கனகலிங்கம்

"பிள்ளையே என்னுடன் சேர்ந்து வாழ விரும்பாத போது, பெற்றோர் எப்படி விரும்புவார்கள்?"

"என் நீதியையும் நேர்மையையும் அவர்களிடம் எதிர்பார்க்க முடியாதா?"

"முடியுமென்று எனக்குத் தோன்றவில்லை. ஏனெனில், எங்களைப் போலவே அவர்களும் பணக்காரர்கள்..."

"பணக்காரக் குடும்பத்தைச் சேர்ந்தவனாயிருந்துமா அந்தப் பாவி உன்னிடம் பணத்தை எதிர் பார்த்தான்?"

"ஆமாம்; ஏழையைவிடப் பணக்காரனுக்குத்தானே பணத்தின்மீது ஆசை அதிகமாயிருக்கிறது!"

கனகலிங்கம் ஒரு கணம் மௌனமாயிருந்தான். மறுகணம், "நீ சொல்வது, ஒருவிதத்தில் உண்மைதான்!" என்றான்.

அவனுடைய மூளை குழம்பிற்று. ஒன்றும் புரியாமல் தலையைச் சொறிந்து கொண்டே அவன் திரும்பினான்.

"எங்கே போகிறீர்கள்?" என்று கேட்டுவிட்டு. ஏன் கேட்டோம்?' என்று தெரியாமல் விழித்தாள் அவள்.

"எங்குமில்லை; இதோ வருகிறேன்!" என்று சொல்லிக் கொண்டே, அந்த அறையை விட்டு வெளியே போவதற்காக அவன் கதவைத் திறந்தான்.

அவ்வளவுதான், அங்கிருந்து யாரோ ஒருவன் 'தடதட'வென்று விழுந்தடித்துக் கொண்டு ஓடும் சத்தம் அவன் காதில் விழுந்தது!

கனகலிங்கத்துக்கு ஒரு கணம் ஒன்றும் தோன்றவில்லை; திக்பிரமை பிடித்தவன் போல் நின்றான்.

மறுகணம், 'திருடன் திருடன்!' என்று கத்த வேண்டும் போல் தோன்றிற்று அவனுக்கு - ஆனால் என்ன பலன், அதனால்?- அனாவசியமாகக் கூட்டம் சேரும்; ஆளுக்கொரு கேள்வியைக் கேட்டுத் திக்குமுக்காட வைப்பார்கள்!- அதற்கு மேல் கனகலிங்கம் யோசிக்கவில்லை; அவனைத் தொடர்ந்து ஓடினான்.

ஆனால் ஓயாமல் பெய்து கொண்டிருந்த சித்திரை மாதத்துச் செல்வ மழை, ஹோட்டல் வாசலைக் கடந்து அவனை வெளியே ஓட விடவில்லை. அவன் நின்றான்; நின்றே விட்டான்.

அந்த ஆசாமியோ காற்றையும் மழையையும் பொருட்படுத்தாமல் ஓடினான், ஓடினான், ஓடிக்கொண்டே இருந்தான்!

அவனுடைய தலை மறைந்ததும், 'நமக்கு ஏதோ ஆபத்து நேரப் போகிறது!' என்று தனக்குள் முணுமுணுத்துக்கொண்டே கனகலிங்கம் திரும்பினான்.

"என்ன!- என்ன நடந்தது? - என்ன!" என்று பரபரப்புடன் கேட்டுக்கொண்டே அவனுக்கு எதிரே வந்தாள் அகல்யா

தன்னைப்போல் அவளும் பயப்பட வேண்டாம் என்று கருதி - கனகலிங்கம் தைரியத்தை வரவழைத்துக்கொண்டு "ஒன்றுமில்லை; யாரோ ஒரு திருட்டுப் பயல் இங்கே வந்து நின்று நாம் பேசியதை ஒட்டுக் கேட்டுக் கொண்டிருந்திருக்கிறான். என்னைக் கண்டதும் ஓடிவிட்டான்!" என்றான்.

"திருட்டுப் பயலா இங்கே திருடுவதற்கு என்ன இருக்கிறது?" என்று கேட்டாள் அகல்யா.

"ஏன், நீ இல்லையா?" என்றான் கனகலிங்கம், சிரித்துக் கொண்டே

"என்னைத்தான் ஏற்கனவே ஒருவன் திருடிக் கொண்டு வந்து இங்கே விட்டுவிட்டுப் போய்விட்டானே!" என்று சொல்லிவிட்டு, அகல்யா நெட்டுயிர்த்தாள்.

கனகலிங்கத்துக்கு இதைக் கேட்டதும் வேறொரு யோசனை தோன்றிற்று. "அப்படியானால் எங்கிருந்து திருடிக்கொண்டு வந்தானோ, அங்கே கொண்டுபோய் உன்னை நான் விட்டுவிடட்டுமா?" என்றான் அவன்.

"நான் என்ன, பொன்னா பொருளா? - என்னை மீண்டும் என் பெற்றோர் ஏற்றுக்கொள்வதற்கு?- பெண்ணாச்சே" என்றாள் அவள்.

"உண்மைதான்; பொன்னுக்கும் பொருளுக்கும் உள்ள மதிப்பு இந்தக் காலத்தில் பெண்ணுக்கு - ஏன், அவளுடைய கற்புக்குக்கூட - இல்லைதான்!" என்றான் கனகலிங்கம்

இருவரும் பின்னால் கை கட்டியபடி மௌனமாக இரண்டு அடிகள் எடுத்து வைத்தார்கள்.

அகல்யா இருந்தாற் போலிருந்து எதையோ நினைத்துக் கொண்டு, "ஆமாம், ஹோட்டல்காரரர் வாசற்கதவைப் பூட்டிக் கொண்டுதானே வீட்டுக்குப்போனார்? - திருடன் எப்படி உள்ளே நுழைந்தான்?" என்று கனகலிங்கத்தை நோக்கிக் கேட்டாள்.

"நீ கவனிக்கவில்லை போலிருக்கிறது; மாடிப் படிகள் சாலையைப் பார்த்தாற்போல் இருக்கின்றன..."

"இருக்கட்டுமே! ஹோட்டல்காரரர் கடையைக் கட்டியதும் மாடிக் கதவை நீங்கள் தாளிடவில்லையா?"

"இல்லை; மறந்துவிட்டேன்!" என்று கையை விரித்தான் கனகலிங்கம்.

"நல்ல வேலை செய்தீர்கள்; முதலில் மாடிக் கதவைச் சாத்தித் தாளிட்டுவிட்டு வாருங்கள்!" என்று அகல்யா அலுப்புடன் சொன்னாள்.

கனகலிங்கம் மாடிக் கதவைச் சாத்தித் தாளிட்டுவிட்டுத் தன் அறையை அடைந்தான். அதற்கு மேல் அவனைத் தொந்தரவு செய்ய விரும்பாமல் அகல்யா குழம்பிய மனதுடன் தன் அறைக்குள் நுழைந்தாள்.

* * *

அன்றிரவு தூக்கம் ஒதுங்கி நின்று அவர்கள் இருவரையும் வேடிக்கை பார்த்துக் கொண்டிருந்தது. 'வந்தவன் யாராயிருக்கும்?' என்ற கேள்வியைப் போட்டுக்கொண்டு இருவரும் விடை தெரியாமல் விழித்துக் கொண்டிருந்தனர். ஏழைகளின் வேதனையைக் கண்டு இரங்காத உலகத்தைப்போல அன்று தூக்கமும் கடைசிவரை அவர்களுக்காக இரங்கவேயில்லை.

மறுநாள் வழக்கம்போல் பொழுது விடிந்தது. ஆனால் கனகலிங்கத்தின் கவலை விடியவில்லை. அகல்யாவின் துயரமும் விடியவில்லை. இருந்தாலும், 'வந்தவன் யாராயிருந்தாலென்ன!- வருகிற ஆபத்து வழியில் நிற்கப் போவதில்லை' என்று துணிந்து கனகலிங்கம் படுக்கையைவிட்டு எழுந்து உட்கார்ந்தான். அதேமாதிரி அகல்யாவும் துணிந்து எழுந்து உட்கார்ந்தாள்.

மழை விடாமல் பெய்து கொண்டிருந்ததால் கனகலிங்கம் அன்று விழாவுக்குச் செல்லவில்லை. விழாவுக்காகக் கொட்டகைக்குள் சென்று கடை வைக்கவும், அவனுக்கு அனுமதி கிடையாது. காரணம், தமிழை வளர்ப்பதில் ஆர்வங்கொண்டிருந்த விழாக்காரர்கள் பணத்தை வளர்ப்பதிலும் ஆர்வம் கொண்டிருந்தது தான். எனவே, தெளிவற்ற சிந்தனைகள் பலவற்றுக்கு ஆளாகி, அவன் நேரம் போவதே தெரியாமல் உட்கார்ந்திருந்தான்.

பகல் ஒரு மணி இருக்கும். ஹோட்டல் 'ஸர்வர்' அகல்யாவின் அறைக்குள் நுழைந்து "நேரமாகிறதே நீங்கள் வரவில்லையா?" என்று கேட்டான்.

"இல்லை. எனக்கு உடம்பை என்னவோ செய்கிறது. நான் இன்று சாப்பிடப் போவதில்லை!" என்றாள் அகல்யா.

"சரி" என்று சொல்லிவிட்டு, அந்த 'ஸர்வர்' கனகலிங்கத்தின் அறைக்கு வந்தான்.

கனகலிங்கம் அவனை நோக்கி, "இன்று நானும் இங்கே சாப்பிடப் போவதில்லை. இந்த ஊர் நண்பர் ஒருவர் என்னை விருந்துக்கு அழைத்திருக்கிறார்; அவருடைய வீட்டுக்கு நான் சாப்பிடப் போகவேண்டும்" என்றான்.

'ஸர்வர்' கீழே இறங்கி சென்றதும், "எந்த ஊர் நண்பர் உங்களை விருந்துக்கு அழைத்திருக்கிறார்?" என்று கேட்டுக்கொண்டே அகல்யா கனகலிங்கத்தின் அறைக்குள்

நுழைந்து அவனுக்கு எதிர்த்தாற்போலிருந்த மேஜையின்மீது ஏறி உட்கார்ந்தாள்

அவளை ஒரு தினுசாகப் பார்த்துக்கொண்டே, "இந்த ஊர் நண்பர்தான்!" என்றான் கனகலிங்கம்.

"உண்மையாகவா சொல்கிறீர்கள்?"

"ஆமாம்."

"பொய்; நான் இதை நம்பவே மாட்டேன்!"

"நீ சொன்னது மட்டும் உண்மையோ?"

"இல்லை பொய்தான்"

"அப்படியானால் நான் இதை நம்புகிறேன்!"

"உண்மையை நம்பாவிட்டாலும் பொய்யையாவது நம்புகிறீர்களே, ரொம்ப சந்தோஷம்!"

"எது உண்மை?" என்று கேட்டான் கனகலிங்கம்.

அகல்யா சந்தர்ப்பத்தை நழுவவிடாமல், "நான் உங்களைக் காதலிப்பது தான்!" என்று மீண்டும் ஒரு முறை சொல்லிவைத்தாள்.

"காதலிப்பது உண்மையாயிருக்கலாம். ஆனால் அதற்குக் காசு வேண்டுமென்று நான் உன்னிடம் ஏற்கெனவே சொல்லவில்லையா?" என்றான் அவன்.

"காதலுக்கும் காசுக்கும் சம்பந்தமேயில்லை; அது வேறு இது வேறு என்று நானும் உங்களிடம் ஏற்கெனவே சொல்லவில்லையா?" என்றாள் அவள்.

கனகலிங்கம் சிரித்தான். சிரித்துவிட்டு. "காசில்லாமல் காதலிக்க முடியாது என்பதை ஒருவன் உனக்கு அனுபவபூர்வமாக உணர்த்தியிருந்தும் நீ இப்படிப் பேசுவது எனக்கு ஆச்சரியமாயிருக்கிறது?" என்றான்.

"அதைவிட ஆச்சரியம் நீங்கள் அடிக்கடி உங்களோடு அவனை ஒப்பிட்டுப் பேசுவதுதான்?" என்றாள் அகல்யா

"ஏன், அவனைப் போலவே நானும் இருக்கக் கூடாதா?" என்று கனகலிங்கம் கேட்டான்.

"இருக்கமாட்டீர்கள் என்று நம்பித்தான் இவ்வளவு தூரம் உங்களை நான் வற்புறுத்துகிறேன்..."

"இருந்தால்...?"

"என்னுடைய துரதிர்ஷ்டந்தான்".

"துரதிர்ஷ்டமல்ல முட்டாள்தனம்..."

"சரி; புத்தசாலித்தனம் எதுவென்று நீங்களே சொல்லுங்களேன்...?"

"முதலிலேயே நம்பாமலிருப்பது..."

"அது எப்படி முடியும்? வாழ்க்கையில் ஒருவரையொருவர் நம்பித்தானே தீரவேண்டியிருக்கிறது?"

"யாரை யார் நம்புவது? ஆண்களை ஆண்கள் நம்பலாம்; பெண்களைப் பெண்கள் நம்பலாம் - அதனால் குடிமுழுகிப் போய்விடாது. ஆனால் பெண்களை ஆண்கள் நம்பும்போது ஆண்களைப் பெண்கள் நம்பும் போதும் எச்சரிக்கையுடன் இருக்கவேண்டும்....!"

"அதற்கு எல்லோருக்கும் வயது என்றும் பதினாறாக இருக்க வேண்டும்......!"

"ஏன்?"

"அப்பொழுதுதான் ஆண்களைப் பற்றிப் பெண்களும் பெண்களைப் பற்றி ஆண்களும் சாங்கோபாங்கமாக ஆராய்ச்சி நடத்திக் கொண்டிருக்க முடியும்."

"எதற்கு......?"

"நீங்கள் சொல்வதுபோல் பெண்களை ஆண்களும் ஆண்களைப் பெண்களும் நம்புவதற்குத்தான்!" என்று சொல்லிவிட்டு, அகல்யா சிரித்தாள்.

கனகலிங்கம் பேசாமலிருந்தான்.

"எனக்குத் தெரிந்தவரை என்னை நீங்கள் காதலிக்கமாட்டேன் என்று சொல்லுவதற்கு ஒரே ஒரு காரணந்தான் இருக்கிறது!" என்று அகல்யா மீண்டும் பேச்சை ஆரம்பித்து வைத்தாள்.

இதைக் கேட்டதும் கனகலிங்கத்துக்குத் தூக்கிவாரிப் போட்டது. ஏனெனில், அந்த ஒரே ஒரு காரணம் இன்னதென்பதை அவன் ஏற்கனவே அறிந்திருந்தான். சர்ச்சைக்குரிய அந்தக் காரணத்தை வெளியிட அவன் விரும்பவில்லை. இப்பொழுது அவளே அதை வெளியிடத் துணிந்து விட்டாள் என்று அறிந்ததும் அவன்பாடு திண்டாட்டமாய்ப் போய்விட்டது. அதை

எப்படியாவது சமாளிக்க எண்ணி, “ஒரே ஒரு காரணந்தானே இரண்டு காரணங்கள் இல்லையே?” என்று அவன் சிரித்து மழுப்பினான்.

அவள் விடவில்லை. “ஒரே ஒரு காரணந்தான்: சொல்லட்டுமா?” என்று துள்ளி எழுந்தாள்.

“சொல்லு...” என்றான் அவன் மென்று விழுங்கிக்கொண்டே.

“சொன்னால் கோபித்துக் கொள்ள மாட்டீர்களே?” என்று அவள் மீண்டும் அவனை நோக்கிக் கேட்டாள்.

“மாட்டேன்.”

“நான் ஏற்கனவே ஒருவனால் கெடுக்கப்பட்டுவிட்டவள் என்பது தான் அந்தக் காரணம்!”

அவ்வளவுதான் கனகலிங்கத்தின் தலையில் இடிவிழுந்தது போலிருந்தது. இருந்தாலும் சமாளித்துக்கொண்டு, ”இல்லை; இல்லவேயில்லை!” என்று அவன் ஒரேயடியாகச் சாதித்தான்.

“கதை; வெறும் கதை!” என்று அவளும் அவனுக்குச் சளைக்காமல் சாதித்தாள்.

கனகலிங்கம் பேசாமலிருந்தான்.

சிறிது நேரம் மௌனமாக இருந்த பிறகு, “காந்திஜியின் தத்துவத்தில் உங்களுக்கு நம்பிக்கையுண்டா?” என்று கேட்டுப் பேச்சை மாற்றினாள் அகல்யா.

“உண்டு” என்றான் கனகலிங்கம்.

“வகுப்பு வெறியின் காரணமாகக் கற்பழிக்கப்பட்ட பெண்களை அவர்களுடைய கணவன்மார்கள் மீண்டும் ஏற்றுக்கொள்ள வேண்டுமென்று அவர் சொல்லவில்லையா?”

“சொன்னார்!”

“அதே மாதிரி நானும் ஏதோ ஒரு வெறியால் கற்பழிக்கப்பட்டவள்தானே? - என்னை நீங்கள் ஏன் ஏற்றுக்கொள்ளக்கூடாது?” என்று கேட்டு, அவள் அவனை மடக்கினாள்.

இப்பொழுதுதான் பிடி கிடைத்தது அவனுக்கு. “நீ சொல்வது ரொம்ப சரி; ஆனால் அவர்களுக்கும் உனக்கும் வித்தியாசம் இருக்கிறதே....!”

அவள் குறுக்கிட்டு," என்ன வித்தியாசம்?" என்று கேட்டாள்

"தங்களுடைய விருப்பத்துக்கு விரோதமாக அவர்கள் கற்பழிக்கப்பட்டார்கள்; நீ அவ்வாறு கற்பழிக்கப்படவில்லை!" என்றான் அவன்.

அகல்யாவின் மென்மையான உள்ளத்தில் இது சுருக்கென்று தைத்தது. இந்தச் சுடு சொற்களால் ஏற்பட்ட வேதனையைத் தாங்க முடியாமல் அவள் கலகல வென்று கண்ணீர் உதிர்த்தாள்.

"உன்னுடைய கடைசி ஆயுதத்தைப் பிரயோகிக்க ஆரம்பித்துவிட்டாய் போலிருக்கிறதே?"

"நான் உங்களைக் கடைசியாகக் கேட்கிறேன் - நீங்கள் என்னை ஏற்றுக்கொள்ளவே மாட்டீர்களா?" என்றாள் அவள் கண்ணீரைத் துடைத்துவிட்டுக்கொண்டே கனகலிங்கம் பேசாமலிருந்தான்.

"எடுத்ததற்கெல்லாம் மௌனம் சாதித்து என்னை ஏன் இப்படி வதைக் கிறீர்கள்? - ஏதாவது செல்லுங்கள்; சொல்லிவிடுங்கள்!" என்று அகல்யா துடித்தாள்

"என்ன சொல்ல வேண்டும் என்கிறாய்?" என்று அவன் அவளையே திருப்பிக் கேட்டான்.

"உங்களுடைய வாயைத் திறந்து, 'நான் உன்னைக் காதலிக்கிறேன்" என்று ஒரு வார்த்தை - ஒரே ஒரு வார்த்தை - சொல்லிவிடுங்கள் போதும்? என்று அந்த அபலை கெஞ்சினாள்.

"சொல்லாவிட்டால்?" என்று ஒரு கேள்வியைப் போட்டுவிட்டு அவன் அவளுடைய முகத்தை ஏறிட்டுப் பார்த்தான்.

"நான் ஏதாவது ஒரு முடிவுக்கு வந்துவிடுவேன்!"

"என்ன முடிவுக்கு வருவாய்?"

"என்னைப்போல் வழி தவறியவர்களுக்கு வேறு எதில் முடிவு இருக்கிறது? - சாவில்தான்!

கனகலிங்கம் யோசனையில் ஆழ்ந்தான்

அகல்யா முந்தானையின் முனையைப் பிடித்து முறுக்கிக் கொண்டே அவனை உற்றுப் பார்த்தாள். ஒரு வினாடி இரண்டு வினாடி, மூன்று வினாடி, நான்கு வினாடி.

அவளால் பொறுக்க முடியவில்லை. "என்ன யோசிக்கிறீர்களா?" என்று பதட்டத்துடன் கேட்டாள்.

கனகலிங்கம் விரக்தியுடன் சிரித்தான். சிரித்துவிட்டு, "உன்னைக் காதலிக்கலாமா, வேண்டாமா என்றுதான் யோசிக்கிறேன்!" என்றான்.

"யோசியுங்கள்; நன்றாக யோசியுங்கள்! காதலிப்பதற்குக்கூட யோசிக்கும் ஒரு புண்ணியாத்மாவை நான் கண்டதுமில்லை, கேட்டதுமில்லை. எனக்குத் தெரிந்தவரை உலகத்திலேயே நீங்கள்தான் முதன் முதலாகக் காதலிப்பதற்கு யோசிக்கிறீர்கள் என்று நினைக்கிறேன் - எனவே, யோசியுங்கள்; நன்றாக யோசியுங்கள்!- யோசித்துக் கூடிய சீக்கிரத்திலேயே தயவு செய்து உங்களுடைய முடிவை எனக்குத் தெரிவித்து விடுங்கள்!" என்று அகல்யா வயிற்றில் எரிச்சலுடனும், நெஞ்சில் உறுதியுடனும் சொல்லிவிட்டுத் தலை நிமிர்ந்தாள்.

கனகலிங்கம் அவளை ஒருமுறை ஏற இறங்கப்பார்த்தான். பிறகு, "ஆனால் ஒன்று...." என்று அவன் ஏதோ சொல்ல ஆரம்பித்தான்.

அகல்யா குறுக்கிட்டு, "என்ன...?" என்று கேட்டாள்.

"சொல்லட்டுமா....?"

"தாராளமாய்ச் சொல்லுங்கள்!"

"நான் உன்னைக் காதலிக்காமல் கொல்வதைவிடக் காதலித்தே கொன்றுவிடலாம் என்று நினைக்கிறேன்!"

அவள் சிரித்தாள்; அவனும் சிரித்தான்.

"இதற்கு நீ என்ன சொல்கிறாய்?" என்று கேட்டான் கனகலிங்கம்.

பேதை அகல்யா அவன் சொன்னவற்றைச் சரியாகப் புரிந்துகொள்ளாமல், "உங்கள் சித்தம்: என் பாக்கியம்" என்று சொல்லி, கைகூப்பி வணங்கினாள்.

அன்றிரவு இருவருக்கும் சாப்பாடு மட்டுமல்ல; தூக்கமும் பிடித்தது.

~

# 8

"....நான் மீன் குஞ்சமில்லை; நீங்கள் கணக்காக ஒற்றைக் காலில் நின்று தவம் செய்யும் கோக்குமில்லை."

— அகல்யா

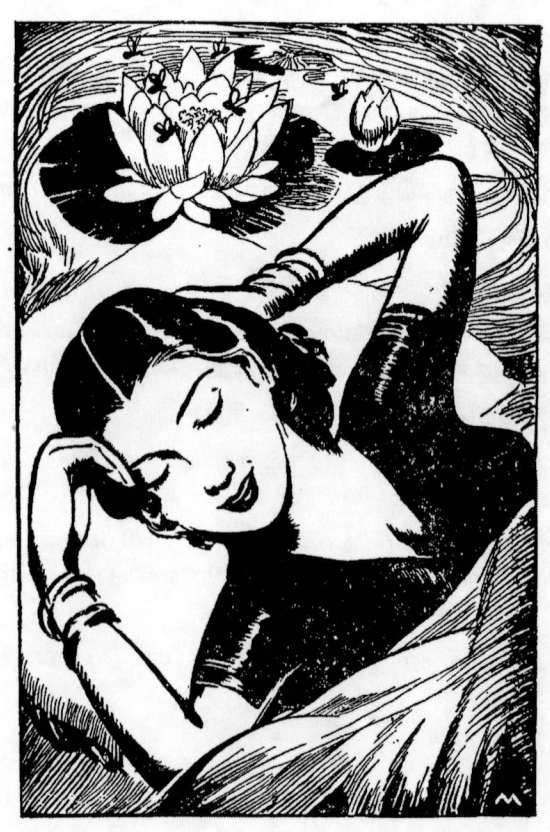

மூன்றாம் நாள் காலை விழா முடியாவிட்டால் மக்களே அதை முடித்து விடுவார்கள் போலிருந்தது. அவ்வளவு சிரமத்தை அவர்களுக்குக் கொடுக்க விழாக்காரரர்கள் விரும்பவில்லை. தாங்களாகவே முடித்து விட்டார்கள். ஆனால் ஏதோ கூடினோம் கலைந்தோம்' என்று இருக்க வேண்டாமென்று அவர்கள் பலனை எதிர்பாராமல் ஆயிரத்தோரு தீர்மானங்களை அமோகமாக நிறைவேற்றி வைத்து விட்டுத் தங்கள் தங்கள் ஊருக்குக் கிளம்பினார்கள்.

கனகலிங்கமும் கடையைக் கட்டிக்கொண்டு ஹோட்டலுக்கு வந்ததும் வராததுமாகப் புத்தகங்களையெல்லாம் சேர்த்து ஒரு கட்டாகக் கட்டி பழையபடி சென்னைக்கு அனுப்பி வைத்துவிட்டுத் திரும்பினான்.

மத்தியானம் சாப்பிட்டு முடிந்ததும், "இன்றிரவு தானே ஊருக்குக் கிளம்பப் போகிறீர்கள்?" என்று அகல்யா கனகலிங்கத்தை நோக்கிக் கேட்டாள்.

"ஆமாம்; இனிமேல் என்ன வேலை இருக்கிறது? - ஊருக்குக் க கிளம்ப வேண்டியது - தான் - நீ தயாராகி விட்டாயா?"

"நேற்றிரவே நான் தயாராகிவிட்டேனே?"

"மீன் குஞ்சுக்கு நீந்தக் கற்றுக்கொடுக்க வேண்டுமா, என்ன?"

"போதும், வாயை மூடிக்கொண்டிருங்கள்!- நான் மீன் குஞ்சுமில்லை, நீங்கள் எனக்காக ஒற்றைக் காலில் நின்று தவம் செய்யும் கொக்குமில்லை!"

"இதோ மூடிக்கொண்டான்!" என்று கனகலிங்கம் தன் வாயை இரு கைகளாலும், பொத்திக்கொண்டேன். அவனுடைய கைகளை விலக்கி விட்டு விட்டு, "நேற்றிரவு நான் ஒரு கனவு கண்டேனே...." என்றாள் அவள்.

"என்ன கனவு..."

"மாலை நேரம். மலை தன் பயங்கரமான வாயைப் பிளந்து சூரியனைக் கொஞ்சம் கொஞ்சமாக விழுங்கிக்கொண்டிருக்கிறது. நான் அந்தக் காட்சியை அனுபவித்த வண்ணம் ஒரு தாமரைக் குளக்கரையில் உட்கார்ந்து கொண்டிருக்கிறேன்..."

"இந்திரனை நினைத்துக்கொண்டா?"

"இல்லை; உங்களை நினைத்துக்கொண்டு!"

"அதாவது, சூரியன் மீது தான் கொண்ட நிறைவேறாத காதலை எண்ணித் தாமரை மலர் நெஞ்சுருகி நிற்பது போல நீயும் நின்று கொண்டிருந்தாயாக்கும்"

இதைக் கேட்டதும் அவளுக்கு என்னவோ போல் இருந்தது. ஆத்திரத்துடன்; "நின்று கொண்டிருக்கவில்லை; உட்கார்ந்து கொண்டிருந்தேன்!" என்று சொல்லி அவனை எரித்துவிடுபவள்போல் பார்த்தாள்.

"கோபம் வரும்போதுகூட நீ அழகாய்த்தான் இருக்கிறாய்!" என்று அவன் சமயமறிந்து அவளை வர்ணித்தான். உச்சி குளிர்ந்துவிட்டது அவளுக்கு. உடனே, "எனக்கு எதிரே ஒரு தாமரை மலர் இருக்கிறது; அதற்குச் சற்றுதூரத்தில் ஒரு வண்டு உல்லாசமாகப் பாடி கொண்டு வருகிறது"

"தாமரை மலரை நோக்கித் தானே" என்று அவன் குறுக்கிட்டுக் கேட்டான்.

"இல்லை; கரையோரத்தில் பூத்துக் குலுங்க இரவை நோக்கிக் காத்திருக்கும் பவளமல்லிகையை நோக்கி..."

"ஓஹோ!- பாவம், தாமரை மலர் அந்த வண்டை எதிர்பார்த்து ஏமாந்துவிட்டதாக்கும்..?"

"ஆமாம் - ஆயினும் ஆசை விடவில்லை 'ஏ வண்டே! அமைதியான இரவின் இன்பத்தை நீ அனுபவிக்க வேண்டாமா? ஏன் வீணாக அலைந்து கொண்டிருக்கிறாய்? - வா சீக்கிரம் வா! இன்னும் கொஞ்ச நேரத்திற்கெல்லாம் என்னுடைய அமுதூறும் வாயை நான் மூடிக்கொண்டு விடுவேன். அதற்குள் நீ வந்து அமுதுண்டு பசியாறி, என் மகரந்தப் பொடி மஞ்சத்தின்மீது அலுப்புத் தீரப் படுத்துக் கொண்டு விடு!- விடிந்ததும் நான் வாயைத் திறப்பேன், நீ விரும்பும் இடத்துக்குப் போய்விடலாம் என்று அந்த வண்டை அது 'வா வா என்று வருந்தி அழைக்கிறது என்ன அழைத்து என்ன பயன்....?"

"வண்டு வரவில்லையாக்கும்?"

"ஊஹூம், வரவில்லை - போயே போய்விடுகிறது!"

"அப்புறம்?"

"அந்த வண்டைப் போலவே நீங்களும் என்னை ஏமாற்றிவிட்டுப் போய்விட்டீர்களோ, என்று நான் பயந்து

போனேன். உடனே அலறிப் புடைத்துக்கொண்டு வந்து உங்களைப் பார்த்தேன். நீங்கள் எந்த விதமான கவலையுமில்லாமல் தூங்கிக் கொண்டிருந்தீர்கள்! நல்ல வேளை: பிழைத்தோம்' என்று ஆறுதலுடன் மீண்டும் படுத்தேன். அப்புறம் தூக்கம் வரவில்லை. அதற்குள் பொழுதும் விடிந்து விட்டது!' என்று அகல்யா, கனவைச் சொல்லி முடித்தாள்

"உன்னைப்போல் நானும் ஒரு கனவு கண்டேனே!" என்றான் கனகலிங்கம் சிரித்துக்கொண்டே.

"நிஜமாகவா? - என்ன கனவு கண்டீர்கள்? - எங்கே சொல்லுங்கள் பார்க்கலாம்?" என்றாள் அகல்யா, அவனுடைய முகத்தை ஊடுருவிப் பார்த்துக்கொண்டே.

"சொல்கிறேன் கேள்; மாலை நேரந்தான்! பொழுது போகவில்லை; கார்ப்பொரேஷன்காரர்கள் கடனுக்காக வைத்திருக்கும் ஒரு பூங்காவுக்குப் போய் நான் புற்றரையில் உட்கார்ந்து கொண்டிருக்கிறேன். காலில் ஏதோ அரிப்பது போலிருக்கிறது; எழுந்து பார்க்கிறேன் - ஒரு கம்பளிப் பூச்சி என் வேட்டியில் ஒட்டிக்கொண்டிருக்கிறது!- அது கீழே விழுந்து தொலையட்டுமென்று நான் என்னால் ஆனமட்டும் வேட்டியை உதறி உதறிப் பார்க்கிறேன் - உஹூம்; அது விழவேயில்லை?- அப்புறம் என்ன செய்வது? அதைக் கையால் தொடுவதற்கும் அருவருப்பாயிருக்கிறது; அங்கிருந்த ஒரு குச்சியை எடுத்து அதைத் தள்ளப் பார்க்கிறேன். அப்பொழுதும் விழவில்லை; குச்சியில் ஒட்டிக்கொண்டுவிடுகிறது.....!"

"என்னைப்போல் என்கிறீர்களா....?"

"சீச்சி! கம்பளிப் பூச்சியைப் போலத்தான்?"

"அப்படியானால் நான் கம்பளிப் பூச்சியா?"

"யார் சொன்னது, நீ கம்பளிப் பூச்சி என்று?"

"நீங்கள்தான்!" என்று கையை நீட்டிச் சொல்லிவிட்டு, தலையைத் தொங்கவிட்டுக்கொண்டாள்.

"அப்படியே இருக்கட்டும். நான் என்ன வண்டா?"

"யார் சொன்னது, நீங்கள் வண்டு என்று?"

"நீதான்! என்று கனகலிங்கமும் கையை நீட்டிச் சொல்லிவிட்டு. அவளைப் போலவே தலையைக் கீழே தொங்கவிட்டுக் கொண்டான்!

அவள் சிரித்தாள் அவனும் சிரித்தான்.

சிறிது நேரத்துக்குப் பிறகு அதெல்லாம் சரி ஹோட்டல்காரரிடம் என்ன சொல்லப் போகிறாய்?

"இனிமேல் சொல்வதற்கு ஒன்றுமில்லை: ஏற்கெனவே எல்லாம் சொல்லியாகிவிட்டது!"

"என்ன சொன்னாய்?"

"இன்று காலை, 'உன் கணவர் இன்னும் வரைவில்லையா?' என்று அவர் கேட்டார் வரவில்லை வருவதாகவே இல்லை என்றேன் நான் 'ஏன்?' என்றார். 'மாற்றலான உத்தியோகத்தை மேலதிகாரிகள் ரத்துச் செய்துவிட்டார்களாம் எனவே, சிக்கனத்தை முன்னிட்டு என்னைத் தம் நண்பருடன் கிளம்பிச் சென்னைக்கே வந்துவிடச் சொல்லிக் கடிதம் எழுதியிருக்கிறார். நான் இன்றிரவு செல்லும் ரயிலில் போகிறேன்' என்றேன் - பேசாமல் இருந்துவிட்டார்!"

"நானும் பாக்கிறேன் - ஒருதரம் புளுகினால், அந்தப் புளுகு அத்துடன் நிற்பதில்லை தொடர்ந்து ஏதாவது புளுகச் செய்துவிடுகிறது!" என்றான் கனகலிங்கம்.

வழுக்கி விழுந்த ஒருத்தி உண்மையைச் சொன்னால் ஜனங்கள் எங்கே அவளுக்காக அனுதாபப்படுகிறார்கள்? அதற்குப் பதிலாகத்தான் விழுந்து விழுந்து சிரிக்க ஆரம்பித்து விடுகிறார்களே!" என்றாள் அகல்யா

* * *

அன்றிரவு சென்னையை நோக்கிச் செல்லும் ரயிலில் இருவரும் போய்க் கொண்டிருந்தனர் ஒருவரையொருவர் அறிந்தவர்களாகவே அவர்கள் காட்டிக்கொள்ளவில்லை வாயமூடி மௌனிகளாகச் சென்றனர். பொழுது விடிவதற்கும் வண்டி எழும்பூர் ஸ்டேஷனை அடைவதற்கும் சரியாயிருந்தது. இருவரும் முன்னும் பின்னும் பார்த்துக்கொண்டே கீழே இறங்கினர்.

“வா, வா! நீ கூட இந்த வண்டியில் தான் வருகிறாயா? மாப்பிள்ளையும் இதே வண்டியில் வருவதாகத்தான் கடிதம் எழுதியிருந்தார்...”

இந்தக் குரலைக் கேட்டதும் கனகலிங்கம் திடுக்கிட்டுத் திரும்பிப் பார்த்தான். அவனுடைய முதலாளி அங்கே நின்று கொண்டிருந்தார்!

அப்புறம் கேட்க வேண்டுமா? ”ஆ..மா..ம்” என்று சொல்லுவதற்குள் அவன் கதிகலங்கிப் போனான்.

அதற்குள் அவனுடன் வந்திருந்த அகல்யா பரமசிவத்தின் கவனத்தைக் கவர்ந்தாள். அவ்வளவுதான்; அவருடைய விழிகள் பிதுங்கிச் சிவந்தன!

அந்தப் பயங்கரமான விழிகளைக் கண்டதும் அகல்யா வியர்த்து விறுவிறுத்துப் போனாள். அதற்குப்பிறகு அவள் ஒருகணம்கூட அங்கே நிற்கவில்லை, ஓடோடியும் சென்று மக்கள் கூட்டத்துக்கு மத்தியில் மறைந்து கொண்டாள்.

கனகலிங்கம் இவையொன்றையும் கவனிக்கவில்லை. அவன் பரமசிவத்தை நெருங்கி, “வீட்டுக்குப்போய்க் குளித்துவிட்டுக் கடைக்கு வருகிறேன்...” என்று சொல்லி, ரயிலடியைவிட்டு வெளியேறினான். அகல்யா பீதியுடன் அவனைப் பின்தொடர்ந்தாள்.

~

# 9

"இன்னொரு முறை உன்னுடைய முகத்தில் விழிக்க நான் விரும்பவில்லை. எனவே, இன்றுடன் சம்பகாக் கணக்கைத் தீர்த்துப் பணத்தைக் கஜபதியிடம் கொடுத்தனுப்பியிருக்கிறேன்..." — கடிதம்

**வ**ழியில் அடிக்கடி தன்னை நெருங்கி ஏதோ சொல்ல முயன்ற அகல்யாவைக் கனகலிங்கம் ஒன்றும் சொல்லவிடவில்லை; அவள் தன்னுடன் சேர்ந்தாற்போல் வருவதையும் அவன் விரும்பவில்லை; பேசாமல் வருமாறு சைகை காட்டிக்கொண்டே அவன் அவளுக்கு முன்னால் விரைந்து சென்றான். அப்போது அவனுக்கிருந்த கவலையெல்லாம் ஒன்றே ஒன்றுதான் - அதாவது, வீடு போய்ச் சேரும் வரை தனக்குத் தெரிந்தவர்களில் யாரும் தன்னைப் பார்க்காமலிருக்க வேண்டுமே, தன்னைப் பற்றி ஏதும் விபரீதமாக நினைத்துக் கொள்ளாமலிருக்க வேண்டுமே என்பதில்தான் அவனுடைய கவனமெல்லாம் இருந்தது, அந்தக் கவனமே கவலையாகவும் பரிணமித்திருந்தது.

அகல்யாவின் உள்ளமோ ஒரு நிலையில் இல்லை; அமாவாசை இரவில் அலைமேல் அலை மோதிப் பொங்கும் கடலைப்போல அவளது உள்ளம் பொங்கிக் கொண்டிருந்தது. அந்தப் பொங்குமாக் கடலின் பயங்கர அலைகளுக்கிடையே தோன்றித் தோன்றி மறையும் கட்டுமரம் போல அவளுடைய உள்ளத்தில் அடிக்கடி ஒரு கேள்வி எழுந்து மறைந்து கொண்டிருந்தது.

'இனிமேல் என்ன நடக்கும்?'

'இனிமேல் என்ன நடக்கும்?'

'இனிமேல் என்ன நடக்கும்?'

இந்தக் கேள்விக்கு விடை காண அவள் எவ்வளவோ முயன்றாள். முடியவில்லை. ஆயினும் அதற்காக அவள் அசந்து போய் நின்றுவிடாமல் நடந்தாள், நடந்தாள், நடந்து கொண்டே இருந்தாள்

அவளுக்கு எதிரே யாரோ இருவர் பேசிக்கொண்டு வந்தனர். அவர்களில் ஒருவன், "அதெல்லாம் ஒன்றும் நடக்காது! என்று இன்னொருவனிடம் அடித்துச் சொன்னான் அவ்வளவுதான்; அகல்யாவின் உள்ளம் 'இனிமேல் என்ன நடக்கும்?' என்பதை விட்டுவிட்டு அவன் சொன்னதைப் பற்றிக் கொண்டது.

'அதெல்லாம் ஒன்றும் நடக்காது!'

'அதெல்லாம் ஒன்றும் நடக்காது!'

'அதெல்லாம் ஒன்றும் நடக்காது!'

அவள் இப்பொழுது கொஞ்சம் தைரியத்துடன் நடந்தாள். ஆனால் அந்தத் தைரியம் நெடுநேரம் நீடிக்கவில்லை. மேலே நாலு அடிகள் எடுத்து வைத்ததும் வேறு யாரோ இருவர் அவளுக்கு எதிரே பேசிக்கொண்டு வந்தனர். அவர்களில் ஒருவன், ஊஹுளும் 'நான் அவனைச் சும்மா விடப்போவதில்லை' என்று மற்றொருவனிடம் இரைந்து சொன்னான். அடுத்த வினாடி அகல்யாவின் உள்ளம் அதெல்லாம் ஒன்றும் நடக்காது!' - என்பதை விட்டுவிட்டு அவன் சொன்னதைப் பற்றிக் கொண்டது.

'ஊஹுளும், நான் அவனைச் சும்மா விடப்போவதில்லை.'

'ஊஹுளும்; நான் அவனைச் சும்மா விடப்போவதில்லை.'

'ஊஹுளும்; நான் அவனைச் சும்மா விடப்போவதில்லை.'

அவ்வளவு தான்; சற்று நேரத்துக்கு முன்னால் அவள் கொண்ட தைரியம் அவளை அடியோடு கைவிட்டுவிட்டது. மறுபடியும் பயம் வந்து அவளை ஆட்கொண்டுவிட்டது. ஆயினும் அவள் சளைக்கவில்லை; தன் இதயத்தை அழுத்திப் பிடித்துக்கொண்டு மேலே நடந்தாள், நடந்தாள், நடந்துகொண்டே இருந்தாள்.

சுமார் அரை மணி நேரம் நடந்த பிறகு கனகலிங்கம் நின்றான் ஆனால் அகல்யா நிற்கவில்லை. அவள் தன்னை மறந்து, தன்னுடைய நிலையை மறந்து, மேலே மேலே மேலே நடந்து கொண்டே இருந்தாள்.

"அகல்யா...!"

அகல்யா!"

"அகல்யா...!"

அவள் திடுக்கிட்டுத் திரும்பிப் பார்த்தாள். "எங்கே போகிறாய்? இதுதான் என்னுடைய வீடு!" என்றான் கனகலிங்கம் சிரித்துக்கொண்டே.

அந்த வீடு பூட்டிக்கிடந்தது!

"இதுதானா? - இதோ வந்துவிட்டேன்!" என்றாள் அவள்

"நல்ல வேளை, வேறு யாருடைய கண்ணிலும் படாமல் எப்படியோ தப்பி வந்து சேர்ந்துவிட்டோம்!" என்று சொல்லிக்கொண்டே கனகலிங்கம் ஒரு நீண்ட பெருமூச்சு

விட்டான். அவனுடைய சந்தோஷம் அற்ப சந்தோஷமாயிற்று அதே சமயத்தில், "ஏண்டா வேறு யாருடைய கண்ணிலாவது பட்டால் என்னவாம்!" என்று கேட்டுக்கொண்டே அங்கு வந்து சேர்ந்தான் அவனுடைய நண்பன் ராதாமணி.

'இவன் யார்?' என்பது போல் அவனைப் பார்த்தாள் அகல்யா; இவள் யார்? என்பது போல் அவளைப் பார்த்தான் ராதாமணி.

ஆனால் கனகலிங்கத்தை ஒருவாறு உணர்ந்தவனாதலால் அவசரப்பட்டு எந்த விதமான விபரீத முடிவுக்கும் அவன் உடனே வந்துவிடவில்லை

கனகலிங்கம், அகல்யாவோடு அவனையும் அழைத்துக் கொண்டு மேலே சென்றான். "கீழே ஏன் பூட்டிக்கிடக்கிறது?' என்று கேட்டான் ராதாமணி.

"அவர்களுக்கு என்ன குறைச்சல்? - நினைத்தால் பாகிஸ்தானுக்குப் போவார்கள்; நினைத்தால் இந்துஸ்தானுக்கு வருவார்கள்!" என்றான் கனகலிங்கம்.

"ஏன், அவர்களுக்கு லுங்கி வியாபாரமோ?"

"ஆமாம்."

"இவர்களைப் போன்றவர்களுக்குக் கிடைக்கும் சலுகைகளைப் பார்க்கும் போது சில சமயம் நாம் 'மெஜாரிட்டி'யாயிருப்பதைவிட 'மைனாரிட்டி'யாயிருப்பதே ரொம்ப நல்லது என்று எனக்குத் தோன்றுகிறது!"

"அதேமாதிரி 'மைனாரிட்டி'களுக்கும் 'மெஜாரிட்டி'யா யிருந்தால் தேவலை என்று தோன்றும். எது எப்படியிருந்தாலும் தற்சமயம் அகதிகளாயிருப்பதுதான் ரொம்ப ரொம்ப நல்லது!"

"நீ சொல்வது ரொம்ப ரொம்ப ரொம்ப சரி!- இப்பொழுது அகதிகளால் தானே சர்க்காரின் அனுதாபத்தைப் பரிபூரணமாகப் பெறமுடிகிறது?" என்று அவன் சொன்னதை அப்படியே ஆமோதித்தான் ராதாமணி.

"ஆனால் அதிலும் ஒரு சங்கடம் இருக்கிறது..."

"என்ன சங்கடம்..."

"அந்த அகதிகள் வயிற்றுச் சோற்றுக்காகத் தங்களுடைய சொந்த நாட்டைவிட்டுக் கடல் கடந்துசென்ற தென்னாப்பிரிக்கா

அகதிகளாகவோ. மலேசியா அகதிகளாகவோ, சிங்கப்பூர் அகதிகளாகவோ சிலோன் அகதிகளாகவோ இருக்கக்கூடாது; கிழக்கு வங்கத்திலிருந்தும், பஞ்சாபிலிருந்தும் வகுப்பு வெறிக்கு அஞ்சி ஓடி வந்த அகதிகளாயிருக்க வேண்டும்..."

"ஆமாம் ஆமாம்..."

"அப்படியே இருந்தாலும் அவர்களிடம் குறைந்தபட்சம் ஒரு லகர மாவது இருக்க வேண்டும். இல்லையென்றால் அவர்கள் எந்த இடத்தைச் சேர்ந்த அகதிகளாயிருந்தாலும் - எந்த இனத்தைச் சேர்ந்த அகதிகளாயிருந்தாலும் பலனில்லை!" என்றான் கனகலிங்கம் கடைசியாக.

ராதாமணிக்கு இது பிடிக்கவில்லை. "உனக்கு எப்பொழுது பார்த்தாலும் பணத்தைப் பற்றித்தாண்டா பேச்சு?" என்று அவன் அலுத்துக்கொண்டான்.

"நான் என்னடா செய்வேன்? - எப்பொழுது பார்த்தாலும் எனக்கு, உனக்கு, எல்லோருக்கும் இந்த உலகத்தில் பணம் வேண்டியிருக்கிறதே!"

ராதாமணி இதற்குப் பதில் ஒன்றும் சொல்லாமல் மாடியை அடைந்ததும். "நான் வரட்டுமா?" என்றான்.

"எங்கே வந்தாய்? - ஏன் போகிறாய்?"

"நீ ஊரிலிருந்து வந்துவிட்டாயா, இல்லையா என்று அம்மா பார்த்துவிட்டு வரச்சொன்னார்கள்; வந்தேன் - பார்த்தாச்சு போகிறேன்!" என்றான் ராதாமணி.

"சரி; சாயந்திரம் வருகிறாயா? - உன்னிடம் ஒரு விஷயம் சொல்ல வேண்டுமென்று இருக்கிறேன்."

"ஏன் மத்தியானம் சாப்பிட வரமாட்டாயா?-அப்போது அந்த விஷயத்தை சொல்லேன்..."

"நான் வரமாட்டேன்..."

"ஏண்டா?"

"அதெல்லாம் அப்புறம் சொல்கிறேன்."

"சாப்பாடு...?"

"ஹோட்டலில்...!"

"எப்பொழுதுமா?!"

"இல்லை; இரண்டு மூன்று நாட்களுக்கு?"

"வேண்டாமே!- அம்மாவிடம் சொல்லி இரண்டு பேருக்கும் சாப்பாடு கொடுத்தனுப்புகிறேன்!"

"அப்படிச் செய்தால் நல்லதுதான்!"

"சரி: சாயந்திரம் வந்து பார்க்கிறேன் - நானும் உன்னிடம் ஒரு விஷயம் சொல்லவேண்டியிருக்கிறது" என்று சொல்லிவிட்டு ராதாமணி வெளியே போய்விட்டான்.

திடீரென்று எதையோ நினைத்துக்கொண்டு, கனகலிங்கம் அவனைக் கைதட்டிக் கூப்பிட்டான். "ஏன்?" என்று கேட்டுக்கொண்டே வந்தான் அவன்.

"உன்னுடைய தங்கையைக் கொஞ்சம் இங்கே அனுப்பி வைக்கிறாயா?" என்றான் கனகலிங்கம்.

"யாரை? - கீதாவையா?"

"ஆமாம்."

"பேஷாய் அனுப்பி வைக்கிறேன்!" என்று சொல்லிவிட்டுப் போனான் ராதாமணி.

அவன் சென்றதும் அகல்யாவை நோக்கி, "நீ இங்கேயே இரு! நான் குளித்துவிட்டு வந்துவிடுகிறேன்!" என்று சொல்லிவிட்டுக் கனகலிங்கம் குளிக்கும் அறைக்குச் சென்றான்.

'நாம் எங்கே பிறந்தோம். எங்கே வளர்ந்தோம்? - எங்கே போனோம், எங்கே வந்தோம்?' என்று எண்ணி வியந்தவளாய், அகல்யா அங்கிருந்த ஒரு பெட்டியின் மேல் உட்கார்ந்தாள். பிறகு 'எங்கேயும் வந்து விடவில்லை, நமக்கு ஏற்கெனவே பழக்கமான சென்னைக்குத்தான் வந்திருக்கிறோம்' என்று தீர்மானித்தவளாய் எழுந்து சென்று அவள் கனகலிங்கத்தின் அறையைப் பார்வையிட்டாள்.

அறை வெள்ளை வெளேரென்று சுண்ணாம்பு அடிக்கப் பட்டுப் பார்ப்பதற்கு அழகாயிருந்தது. சுவரின் நான்கு புறங்களிலும் ராமகிருஷ்ண பரமஹம்ஸர், விவேகானந்தர் மகாத்மா காந்தி, பாரதியார் ஆகியோரின் படங்கள் மாட்டப்பட்டிருந்தன. அறையின் ஒரு மூலையில் மூங்கிலால் செய்யப்பட்ட மேஜையொன்று போடப்பட்டிருந்தது. அதன்மேல் புத்தர் பெருமான் சிலை வடிவில் புன்னகை பூத்தவண்ணம் வீற்றிருந்தார். அவருக்குப் பக்கத்தில் உள்ளத்தைத்

தூய்மைப்படுத்தும் புத்தகங்கள் பல வரிசைக் கிரமமாக அடுக்கி வைக்கப் பட்டிருந்தன. அந்த மேஜைக்கு முன்னால் ஒரு சிறு மூங்கில் நாற்காலி, அதற்கு இடது பக்கத்தில் ஒரு பிரயாணக்கட்டில், அதன் மேல் இரண்டு தலையணைகளை வைத்து ஒரு பாய் சுருட்டி வைக்கப்பட்டிருந்தது.

அகல்யா இன்னும் கொஞ்சம் முன்னேறிச் சென்று மேஜைக்கு மேலே சுவரில் பொருத்தி வைக்கப்பட்டிருந்த அலமாரியைத் திறந்து பார்த்தாள். அந்த அலமாரியின் மேல் தட்டில் ஔவையை ஒத்திருந்த ஒரு கிழவியின் போட்டோ சிறிது சாய்ந்தாற்போல் நிறுத்தி வைக்கப்பட்டிருந்தது. அந்தப் படத்தைப் பார்த்ததும், 'இந்தக் கிழவி நிச்சயம் அவருடைய காதலியாயிருக்க முடியாது தாயாராய்த்தான் இருக்க முடியும்' என்று அவள் தனக்குத் தானே சிரித்தபடி சொல்லிக் கொண்டாள். அந்த மேல் தட்டுக்குக் கீழிருந்த நடுத் தட்டில் கண்ணாடி, சீப்பு, தேங்காயெண்ணெய், பற்பொடி முதலிய சாமக்கிரியைகள் வைக்கப்பட்டிருந்தன. அதற்கும் கீழே இருந்த அத் தட்டிலோ பழைய பத்திரிகைகள் ஒழுங்காக அடுக்கி வைக்கப்பட்டிருந்தன. இவற்றையெல்லாம் இமை கொட்டாமல் பார்த்தபிறகு, "பேஷ். அறை பிரமாதம்!" என்று வாய்விட்டுச் சொல்லிக்கொண்டே அகல்யா திரும்பினாள். கதவிடுக்கில் ஒரு மண் கூஜாவும் அதற்கு மேல் ஒரு கண்ணாடி டம்ளரும் இருப்பது அவள் கண்ணில் பட்டது. தண்ணீருக்கு இது போதாது; இன்னும் ஏதாவது ஒரு பெரிய ஏனம் வாங்கிக் கொள்ள வேண்டும் என்று எண்ணிக்கொண்டே அவள் வெளியே வந்தாள்.

வராந்தாவுக்குக் குறுக்கே கொஞ்சம் எட்டினாற்போல் சுவர் வைத்துத் தடுக்கப்பட்டிருந்த ஒரு சிறு மூலை அவளுடைய கவனத்தைக் கவர்ந்தது. இந்த இடத்தைச் சமையல் செய்வதற்கு உபயோகித்துக்கொள்ளலாம். ஒரு கரி அடுப்பும் நாலைந்து அலுமினியப் பாத்திரங்களும் வாங்கிக் கொண்டால் போதும் என்று தீர்மானித்துக் கொண்டு, மீண்டும் பெட்டியின் மேல் உட்கார்ந்தாள் எதிரே கட்டப்பட்டிருந்த ஒரு கொடியில் துண்டு ஒன்று தொங்கிக் கொண்டிருந்தது. அதைப் பார்த்ததும் அவளுக்கு என்ன தோன்றிற்றோ, உடனே அதை எடுத்துக்கொண்டு குளிக்கும் அறையை நோக்கி ஓடினாள் எதிரே வந்த கனகலிங்கம் அந்தத் துண்டை வாங்கிக் கொண்டு அவளை ஒரு தினுசாகப் பார்த்தான். அவளும் அவனை ஒரு தினுசாகப் பார்த்தாள்!

ஆனால் இருவருடைய முகத்திலும் அப்போது மலர்ச்சி இல்லை. அகத்தில் மலர்ச்சி இருந்தால்தானே முகத்தில் மலர்ச்சி இருக்கப் போகிறது?

கனகலிங்கம் உடம்பைத் துடைத்துக்கொண்டே, "நீ குளிக்கப் போவதில்லையா?" என்று கேட்டான்.

"குளிக்கத்தான் போகிறேன்; அதற்கு முன் உங்களிடம் ஒரு விஷயத்தைச் சொல்லிவிடவேண்டும்."

கனகலிங்கம் குறுக்கிட்டு, "எந்த விஷயமாயிருந்தாலும் இப்பொழுது வேண்டாம்; முதலில் நான் போய் முதலாளியைப் பார்த்துவிட்டு வந்துவிடுகிறேன்

"யாரை நீங்கள் முதலாளி என்கிறீர்கள்?" என்று அகல்யா வியப்புடன் கேட்டாள்.

"ஏன் அவரை உனக்குத் தெரியாதா? - காலையில் ஸ்டேஷனில் பார்த்தாயே அவர்தான் என் முதலாளி!"

"ஆச்சரியமாயிருக்கிறதே. அவரா உங்கள் முதலாளி?"

"ஆமாம்."

இந்தச் சமயத்தில், "என்ன. அண்ணா! கூப்பிட்டீர்களாமே? என்று கேட்டுக் கொண்டே குழந்தை கீதா வந்து சேர்ந்தாள்.

"வா அம்மா, வா!- நான் ஊருக்குப் போயிருந்தேனோ இல்லையோ. அங்கிருந்து உனக்கு ஓர் அக்கா வாங்கி வந்திருக்கிறேன்..." என்று சொல்லிக் கொண்டே, குழந்தை கீதாவை வரவேற்றான்.

அவள் குறுக்கிட்டு, "அக்கா இல்லையாமே!- மன்னி வாங்கி வந்திருப்பதாகவல்லவா அண்ணா சொன்னார்!"

"அவன் பேச்சை நீ நம்பாதே, கீதா! எங்கேயாவது ஓர் ஆணும் பெண்ணும் கொஞ்சம் நெருங்கிப் பழகினால் போதும்; அவன் உடனே அவர்களை 'காதலன் - காதலி' என்று சொல்லிவிடுவான்; அது மட்டுமல்ல; வேறு என்னவெல்லாமோ கற்பித்துக் கொண்டு அவன் வீணாக அவஸ்தைப்படுவான் - அவசரக் குடுக்கை! உணர்ச்சியுடன் போராட அவனுக்கு முதுகெலும்பு இருந்தால் தானே?- நல்ல ராதாமணி அவன்! தன்னை வைத்துக் கொண்டு உலகத்தைப் பார்ப்பதும், உடனே தனக்குள் உலகம் அடங்கிக் கிடக்கிறது என்று தீர்மானித்துவிடுவதும் அவன் வழக்கமாய்ப் போச்சு!- தான் பலவீனனோ இல்லையோ,

அப்படியே எல்லோரும் இருப்பார்கள் என்பது அவனுடைய எண்ணம்!" என்றான் கனகலிங்கம் ஆத்திரத்தோடு.

கீதா சிரித்துக்கொண்டே, "இல்லை அண்ணா, இல்லை; அண்ணா அக்காவைப் பற்றி ஒன்றுமே சொல்லவில்லை. நான்தான் விளையாட்டுக்காகச் சொன்னேன்!"

"நீ குழந்தை உனக்கு என்ன தெரியும்?" என்று அவளுடைய ஆரஞ்சு கன்னத்தை ஆசையுடன் கிள்ளித் தன் குற்றமற்ற அன்பை வெளிப்படுத்திக் கொண்டான் கனகலிங்கம்.

"நான் என்ன அண்ணா செய்ய வேண்டும்?" என்று குதிகுதியென்று குதித்துக்கொண்டே கேட்டாள் கீதா.

"நீ ஒன்றும் செய்ய வேண்டாம்; நான் வெளியே போய்விட்டு வரும் வரை அக்காவுக்குத் துணையாயிருந்தால் போதும்' என்றான் கனகலிங்கம்.

"சரி, அண்ணா!" என்று கீதா தஞ்சாவூர் பொம்மையைப் போலத் தலையை ஆட்டிவிட்டு, உடனே அக்காவிடம் ஓடிவிட்டாள்.

அவளை அன்புடன் அணைத்துக் கொண்டு, 'நானும் உன்னைப்போல் குழந்தையாகவே இருந்திருக்கக்கூடாதா!" என்று உள்ளம் உருகிச் சொன்னாள் அகல்யா.

கனகலிங்கம் அவர்களைப் பார்த்துப் புன்னகை பூத்துக் கொண்டே, "நான் போய் வருகிறேன்' என்று சொல்லிவிட்டுக் கிளம்பினான்.

"போய் வாருங்கள்!" என்று நாத் தழுதழுக்க அவனுக்கு விடை கொடுத்தாள் அகல்யா.

அவளுடைய கண்கள் கலங்கின.

கனகலிங்கம் ஒன்றும் புரியாமல் அவளை ஏறிட்டுப் பார்த்தான்.

"....நீங்கள் அங்கிருந்து திரும்பி வரும் வரை என்னால் நிம்மதியாகவே இருக்க முடியாது!" என்றாள் அவள் கண்ணீரைத் துடைத்துவிட்டுக் கொண்டே.

அவனுக்கு உண்மை தெரியவில்லை. அந்த உண்மை இன்னதென்று அறிந்து கொள்வதற்கு வேண்டிய பொறுமையும் அவகாசமும்கூட அப்போது அவனுக்கு இல்லை. எனவே,

"இந்தப் பெண் வர்க்கத்துக்கே எந்தச் சமயத்தில் எப்படி நடந்து கொள்வதென்று தெரிவதில்லை!" என்று முணுமுணுத்துக் கொண்டே அவன் கீழே இறங்கினான்.

அதே சமயத்தில் முதலாளியின் கடைசிப் பையனான கஜபதி வாசலில் சைக்கிளை நிறுத்திவிட்டு டக், டக்' என்று மேலே ஏறி வந்து கொண்டிருந்தான்.

"என்ன கஜபதி. என்ன விஷயம்?" என்று அவனை ஆவலுடன் விசாரித்தான் கனகலிங்கம்.

'கஜபதி என்ற பெயரைக் கேட்டதும் கீதாவை அழைத்துக்கொண்டு அகல்யா அவசர அவசரமாக மேல் மாடிக்குப் போய் விட்டாள்.'

"அப்பா இந்த ரூபாயைக் கொடுத்துவிட்டு வரச்சொன்னார்!" என்று கஜபதி பதினைந்து ரூபாயை அலட்சியமாக எடுத்துக் கனகலிங்கத்தினிடம் கொடுத்தான். "எதற்கு?" என்று கனகலிங்கம் ஒன்றும் புரியாமல் கேட்டான். "இந்தக் கடிதத்தைப் படித்துப் பார், தெரியும்!" என்று அவனிடம் ஒரு கடிதத்தையும் எடுத்துக் கொடுத்து விட்டுக் கஜபதி மேலே வந்து உட்கார்ந்தான். அந்தக் கடிதத்தைப் பிரித்துப் படித்துக்கொண்டே கனகலிங்கமும் அவனைத் தொடர்ந்து மேலே வந்தான்.

"கனகலிங்கம்,

இன்னொரு முறை உன்னுடைய முகத்தில் விழிக்க நான் விரும்பவில்லை. எனவே, இன்றுடன் சம்பளக் கணக்கைத் தீர்த்துப் பணத்தை கஜபதியிடம் கொடுத்தனுப்பியிருக்கிறேன். பெற்றுக்கொண்டு உடனே ரசீது கொடுத்தனுப்பு!

ரயில்வே பார்சலையும் நானே எடுத்துக் கொள்கிறேன். நீ வரவேண்டாம்.

இப்படிக்கு
பரமசிவம்.

கடிதத்தைப் படித்து முடித்ததும் கனகலிங்கம் தலையில் கை வைத்துக்கொண்டு உட்கார்ந்துவிட்டான்.

"ஒரேயடியாகக் கலைஞானபுரத்துக் கணக்கையும் தீர்த்துவிட்டு உட்கார்ந்தால் சௌகரியமாயிருக்குமே!" என்று குத்தலாகச் சொன்னான் அந்தக் குட்டி முதலாளி.

அவனிடம் ஏற்கெனவே சரிக்கட்டி வைத்திருந்த கணக்குத் தாளையும் பணத்தையும் மௌனமாக எடுத்துக் கொடுத்துவிட்டுக் கனகலிங்கம் தட்டுத் தடுமாறிக் கொண்டே மறுபடியும் உட்காரப் போனான்.

"ரசீது.." என்று கேட்டான் அவன்.

"அதற்கென்ன, இதோ எழுதித் தருகிறேன்!" என்று நடுங்கும் குரலில் சொல்லிய வண்ணம் இரண்டு வரிகளைக் 'கிடுகிடு' வென்று எழுதி அவனிடம் கொடுத்துவிட்டு 'உஸ்ஸ்ஸ்.... என்ற ஆசுவாசப் படுத்திக்கொண்டே கனகலிங்கம் உட்கார்ந்தான்.

அதைப் பெற்றுக்கொண்டு கஜபதி சென்றதும் அகல்யாவும் கீதாவும் 'மடமட வென்று கீழே இறங்கி வந்தார்கள்.

வந்ததும் வராததுமாக, "என்ன அண்ணா?" என்று ஓடோடியும் வந்து கேட்டாள் கீதா.

"ஒன்றுமில்லை, அம்மா! நீ வேண்டுமானால் வீட்டுக்குப் போகிறாயா?" என்றான் கனகலிங்கம்.

"ஏன், வெளியே போகவில்லையா?"

"இல்லை."

"சரி, அண்ணா! அடிக்கடி நான் வந்து அக்காவைப் பார்த்துக் கொள்கிறேன்!" என்று சொல்லிவிட்டு, நடக்கத் தெரிந்தும் நடக்க விரும்பாத வயதினளான குழந்தை கீதா ஓடினாள்.

அவள் துள்ளித் துள்ளி ஓடும் அழகைக் கண்டு அந்த நிலையிலும் உள்ளங் குளிர்ந்து பரவசமடைந்தான் கனகலிங்கம்.

அகல்யா அனுதாபத்துடன் அவனைப் பார்த்துக் கொண்டே, "எல்லாம் என்னால் வந்த வினை! நான் முதலிலேயே உங்களைப் பற்றித் தீர விசாரித்திருக்க வேண்டும்" என்றாள்.

"என்ன விசாரித்திருக்க வேண்டும் என்கிறாய்?" என்று கேட்டான் கனகலிங்கம்.

"நீங்கள் யார், என்ன வேலை செய்கிறீர்கள், எங்கே இருக்கிறீர்கள் என்றெல்லாம் விசாரித்திருந்தால் இந்தக் கஷ்டம் இப்பொழுது நேர்ந்திருக்காது. நான் பாட்டுக்கு நீங்களே உங்கள் கடைக்கு முதலாளியாக்கும் என்று நினைத்துக்கொண்டு விட்டேன்..."

"அதனால், என்ன, இப்பொழுது? - நடந்து போன காரியத்தைப்பற்றி வருந்துவானேன்?"

"அந்தக் காரியம் என்னால் நடந்திருக்கும்போது, நான் எப்படி வருந்தாமலிருக்க முடியும்?"

"உன்னாலா!- அது எப்படி?" என்று கனகலிங்கம் வியப்புடன் கேட்டான்.

"அவர் என் சித்தப்பா!" என்றாள் அகல்யா

"எவர்..?"

"உங்கள் முதலாளிதான்!"

"உண்மையாகவா?"

"ஆமாம்."

கனகலிங்கம் ஒருகணம் மௌனமாக இருந்தான். மறுகணம், "அப்படியே இருந்தாலும் அவர் என்னைக் கூப்பிட்டு விசாரித்து உண்மையைத் தெரிந்து கொண்டிருக்கலாமே?" என்றான்.

"இம்மாதிரி சமயங்களில் அதற்கு வேண்டிய பொறுமையை அவரைப் போன்ற நிலையில் உள்ளவர்களிடம் எதிர்பார்க்க முடியுமா, என்ன?" என்றாள் அகல்யா.

"உண்மைதான்; அப்படியே கூப்பிட்டு விசாரித்திருந்தாலும் அவரிடம் நான் எப்படி உண்மையை நிரூபித்திருக்கப் போகிறேன்? நான் உண்மையை நிரூபித்திருந்தாலும் அவர்தான் எப்படி அதை ஒப்புக்கொண்டிருக்கப் போகிறார்?" என்றான் கனகலிங்கம்.

"என்னால் உங்களுக்கு எவ்வளவு கஷ்டம்!" என்று சொல்லிக்கொண்டே, அகல்யா கண்களில் நீர்த்ததும்ப அவனைப் பார்த்தாள். அவன் தன்னுடைய தாயாரின் போட்டோவைப் பார்த்தான். அப்போது, "குழந்தாய்! பரமசிவத்தை நம்பியா உன்னை நான் பெற்றெடுத்தேன்?- வருந்தாதே; நீ கூட மீன் குஞ்சா என்ன, கரையில் எடுத்துப் போட்டதும் செத்துப்போவதற்கு? - இன்றல்ல; என்றும் உன்னையே நீ நம்பு! நிச்சயம் பிழைத்துக் கொள்வாய்!" என்று அவனுடைய தாயார் அவனைப் பார்த்துச் சொல்வது போலிருந்தது!

~

# 10

"....மனிதன் மனிதனாக வாழ வேண்டுமானால் தன்னுடைய உணர்ச்சியுடன் அவன் நீண்டநாட்கள் போரா வேண்டியிருக்கிறது..."   — கனகலிங்கம்

**க**டந்த நாலைந்து நாட்களாக அகல்யாவிடம் இருந்த துடிப்பை இப்பொழுது காணவில்லை. அவள் புது மணப் பெண்ணைப்போலத் திடீரென்று அடக்கத்தைக் கைக்கொண்டாள் அத்துடன் தன் எதிர்காலத்தைப் பற்றியும் அவள் சிந்திக்கத் தொடங்கினாள். சிந்திக்கச் சிந்திக்கக் குழப்பம் தான் அதிகரித்தது. என்ன இருந்தாலும் படித்த பெண், பாருங்கள்!- குழப்பம் அதிகரிக்கவில்லையென்றால் படித்துத்தான் என்ன பலன்?

இந்த லட்சணத்தில் மத்தியானம் சாப்பிட்டு முடிந்ததும் "ஏன், அகல்யா! என்னை நீ இன்னும் காதலிக்கிறாயா, என்ன?" என்று ஓர் அபூர்வமான கேள்வியை இருந்தாற்போலிருந்து கேட்டு வைத்தான் கனகலிங்கம். அகல்யா முகத்தில் ஆச்சரியக் குறியைப் போட்டுக் கொண்டு அவனை ஏற இறங்கப் பார்த்தாள். அவளால் அவனையும் புரிந்து கொள்ள முடியவில்லை; அவனுடைய கேள்வியையும் புரிந்து கொள்ள முடியவில்லை சாட்சாத் கடவுளைப் போல அவன் அவளுக்குப் புரியாத புதிராயிருந்தான்!

இருந்தாலும், எதற்காக அப்படிக் கேட்கிறீர்கள்?" என்று அவள் பதிலுக்குக் கேட்டு வைத்தாள்.

"வேலையோ போயாச்சு; கீழேயிருக்கும் சாயபு ஊருக்குப் போயிருப்பதால் அவருக்குக் கொடுக்க வேண்டிய இரண்டு மாத வாடகைப் பணம் இருபது ரூபாய் வைத்திருந்தேன். அதையும் கலைஞானபுரத்தில் செலவழித்தாச்சு. இப்போது கஜபதி கொண்டுவந்து கொடுத்த பதினைந்து ரூபாயைத் தவிர என்னிடம் ஒரு காலணா கிடையாது. இதை வைத்துக்கொண்டு நான் தான் உன்னை எத்தனை நாட்கள் காதலிக்க முடியும்? இல்லை நீதான் எத்தனை நாட்கள் என்னைக் காதலிக்க முடியும்?" என்று கேட்டான் அவன்.

அகல்யாவுக்கு இது பெரிய சோதனையாயிருந்தது. அவள் என்ன சொல்வது, என்ன செய்வது என்று தெரியாமல் கையைப் பிசைந்து கொண்டு நின்றாள்.

"ஆனாலும் எனக்கு ஒரு தைரியம் இருக்கிறது..." என்று அவன் ஏதோ சொல்ல ஆரம்பித்தான்.

அவள் இடைமறித்து, "என்ன தைரியம்?" என்று உற்சாகத்துடன் கேட்டாள்.

"உனக்குத்தான் காசைவிடக் காதல் பெரிதாச்சே!- அதனால் எப்படியும் என்னைக் காதலிப்பாய் என்ற தைரியம் எனக்கு!" என்றான் அவன். அவள் முகத்தைச் சுளித்துக் கொண்டு, "சரி தான் போங்கள். உங்களுடைய தைரியமும் நீங்களும்!" என்றாள்.

"எங்கே போவது? - உன்னைவிட்டு நான் போவதா? என்னைவிட்டு நீ போவதா? அல்லது நம் இருவரையும் விட்டுவிட்டு அந்தக் கரைகாணாத காதல் எங்கேயாவது போய்த் தொலைவதா?" என்று அவன் வெறுப்புடன் அடுக்கிக் கொண்டே போனான்.

"காதல், காதல் - அதைத் தவிர உங்களுக்கு வேறு எதைப் பற்றியும் பேசத் தெரியாதா?" என்றாள் அவள்.

"நீ சொல்வதுபோல் வாழ்க்கைக்குக் காதல் தானே ஜீவநாடி? காசா ஜீவநாடி?" என்றான் அவன்.

"நீங்கள் இப்படியே பேசிக்கொண்டிருந்தால் நான் அழுது விடுவேன்! என்று தன்னுடைய ஆள் காட்டி விரலைக் காட்டி அகல்யா அவனைப் பயமுறுத்தினாள் அதேமாதிரி, நீ அழுதால் நான் சிரித்துவிடுவேன்!" என்று கனகலிங்கமும் அவளைப் பயமுறுத்தினான்.

"ரொம்ப அழகாய்த்தானிருக்கிறது!- நடக்கவேண்டிய காரியத்தைப் பற்றிக் கொஞ்சமாவது யோசிக்காமல் வேறு என்னவெல்லாமோ பேசிக்கொண்டிருக்கிறீர்களே?" என்றாள் அவள் என்ன காரியம் நடக்க வேண்டும்?" என்று அவன் திருப்பிக் கேட்டான்.

"வீட்டுக்கு நாலு பாத்திரங்கள் வாங்கிப் போட்டால் நான் சமைக்க மாட்டேனா? அதனால் செலவும் குறையாதா?" என்று அதற்குள் உரிமை கொண்டாடினாள் அவள்.

"யார் இல்லை என்கிறார்கள்? - ஆனால் பாத்திரக் கடைக்காரன் அப்பாவியாச்சே! அவனுக்கு நம்முடைய காதலைப் பற்றி என்ன தெரியும்? - நாம் 'பாத்திரத்தைக் கொண்டா!' என்றால், அவன் 'காசைக் கொண்டா!' என்று கேட்டுத் தொலைப்பானே?"

"நாம் ஒன்றும் அதிகமாக வாங்க வேண்டியதில்லை. ஒரு கரியடுப்பும், நாலு அலுமினியப் பாத்திரங்களும், தண்ணீருக்கு

ஏதாவது ஒரு பெரிய ஏனமும் தற்சமயம் வாங்கிக்கொண்டால் போதும்..."

"அரிசி உப்பு, பருப்பு, காய்கறி எல்லாம்...?"

"எல்லாவற்றிலும் கொஞ்சம் கொஞ்சம் வாங்கிக்கொண்டால் போகிறது..."

"கொஞ்சம் கொஞ்சம் வாங்கிக்கொள்வதற்குக் காதலே போதும் என்கிறாயா?"

"நாசமாய்ப் போச்சு!- எல்லாவற்றுக்கும் காசு வேண்டும், காசு வேண்டும் என்றுதான் நான் முட்டிக்கொள்கிறேனே!"

"அப்படியானால் சரி!- இந்தா, இந்தப் பதினைந்து ரூபாயை நீயே வைத்துக்கொள்; வாங்க வேண்டியதையெல்லாம் நீயே வாங்கிக்கொள், என்று கனகலிங்கம் பதினைந்து ரூபாயை எடுத்து அவளுக்கு முன்னால் வைத்தான்.

"இது போதுமா, என்ன?" என்றாள் அகல்யா

"போதும் போதாதற்குத்தான் நம்முடைய சிரஞ்சீவிக் காதல் இருக்கவே இருக்கிறதே!" என்றான் அவன்.

அகல்யாவுக்கு ஆத்திரம் தாங்கவில்லை; "நான் உங்களுடன் இனிமேல் பேசினால் கேளுங்கள்!" என்று சொல்லிவிட்டு, அவள் அவனைத் திரும்பிக்கூடப் பார்க்காமல் மேலே சென்றுவிட்டாள்

அதே சமயத்தில், மத்தியானம் சாப்பாடு வந்து சேர்ந்ததா?" என்று விசாரித்துக்கொண்டே அவனுக்கு எதிரில் வந்து உட்கார்ந்தான் ராதாமணி.

"சேராமலென்ன? - கீதாதான் கொண்டு வந்திருந்தாள்" என்றான் கனகலிங்கம்.

"நல்ல வேளை, வேறு யாரும் கொண்டு வரவில்லையே - ரொம்ப சந்தோஷம்!"

"ஏன், என்ன நடந்தது?"

"ஒன்றும் நடக்கவில்லை, அம்மாவிடம் நீ யாரோ ஒரு பெண்ணை அழைத்துக்கொண்டு வந்திருக்கிறாய் என்று சொல்ல என்னவோ போலிருந்தது - அதைப் பற்றி அம்மா ஏதாவது வித்தியாசமாக நினைத்துக் கொண்டுவிட்டால் என்ன செய்வது? - அதனால் யாரோ ஒரு நண்பனை நீ

அழைத்துக்கொண்டு வந்திருப்பதாக நான் சொல்லியிருந்தேன். அது பொய்யாகிவிடக்கூடாதே என்ற கவலை எனக்கு!"

"ஆமாம். ஆமாம் அதைப்பற்றி நான்கூடச் சிறிது நேரத்துக்கு முன் யோசித்துக் கொண்டிருந்தேன்."

"நல்ல ஆளடா, நீ - முன்னால் யோசிப்பதற்குப் பதிலாகப் பின்னால் யோசித்துக் கொண்டிருந்தாயாக்கும்"

"என்ன செய்வது? - நாலைந்து நாட்களாக என் மனம் என்னிடம் இல்லை."

"எப்படி இருக்கும்? - அதுதான் கொள்ளை போய்விட்டதே!"

"பார்த்தாயா? - ஓர் ஆணும் பெண்ணும் கொஞ்சம் நெருங்கி இருக்கக் கண்டால் நீ மட்டும் இப்படி நினைக்கவில்லை; உலகமே அப்படி நினைக்கிறது!- அதனால் தான் சென்னைக்கு வந்ததும் உன்னுடைய துணையை நாடுவதென்று தீர்மானித்திருந்தேன்."

"எதற்கு?"

"வேறெதற்குமில்லை; என்னுடன் இரவில் சில நாட்கள் படுத்துக்கொள்வதற்குத்தான்"

"ஏனோ?"

"இந்த உலகத்தில் மனிதன் மனிதனாக வாழ வேண்டுமானால் தன்னுடைய உணர்ச்சியுடன் அவன் நீண்ட நாட்கள் போராட வேண்டியிருக்கிறது அந்த மாதிரி போராட்டத்தில் தான் இப்போது நான் ஈடுபட்டிருக்கிறேன் இருந்தாலும் சில சமயம் என்னிடமே எனக்கு நம்பிக்கை இருப்பதில்லை; அதற்காகத்தான் உன்னுடைய உதவியை நாடுகிறேன்"

"காலையில் இதைத்தான் நீ என்னிடம் சொல்ல வேண்டுமென்றாயா, என்ன?

"ஆமாம், அதனால் என்ன?"

"ஒன்றுமில்லை, நானே இன்று வந்து இங்கே படுத்துக்கொள்ள வேண்டுமென்று இருந்தேன்

"ஏன்"

"ஊரிலிருந்து அக்காவும் அத்தானும் வந்திருக்கிறார்கள் அவர்கள் என்னுடைய அறையை எடுத்துக் கொண்டுவிட்டார்கள்

அதனால் உன்னுடைய உதவியை நான் நாடவேண்டுமென்று இருந்தேன்; அதற்குள் நீயே என்னுடைய உதவியை நாடிவிட்டாய்”

“இதைத்தான் காலையில் நீயும் என்னிடம் சொல்ல வேண்டுமென்று இருந்தாயா?”

“ஆமாம்”

“நல்ல வேடிக்கையடா, இது நான் என்ன நினைத்தேனோ, அதையே நீயும் நினைத்திருக்கிறாய் நம் இருவருக்குமிடையே மனத் தந்தி பேசியிருக்கிறது” என்று கைகொட்டிச் சிரித்தான் கனகலிங்கம்

சிறிது நேரம் இருவரும் மௌனமாக இருந்தார்கள் பிறகு, “இன்னொரு விஷயம் தெரியுமா, உனக்கு!” என்று மறுபடியும் பேச்சை ஆரம்பித்தான் கனகலிங்கம்

“சொன்னால் தானே தெரியும்?” என்றான் ராதாமணி.

“எனக்கு வேலை போய்விட்டது.”

“ஏண்டா”

“அது பெரிய கதை!”

“அந்தக் கதையைத்தான் கொஞ்சம் சொல்லேன்?”

“இப்பொழுது வேண்டாம், இரவு படுத்துக்கொள்ள வருகிறாயே, அப்பொழுது சொல்கிறேன்.”

“சரி, உன்னுடைய இஷ்டம்!” என்று சொல்லிவிட்டு, ராதாமணி தன் வீட்டுக்குச் சென்றான்.

* * *

அன்றிரவு மணி ஒன்பதுக்கு மேலிருக்கும் அகல்யாவை உளளே படுத்துக் கொள்ளச் சொல்லிவிட்டு, வராந்தாவில் பாயைக் கொண்டுவந்து விரித்தான் கனகலிங்கம் அந்தச் சமயத்தில் எங்கிருந்தோ ‘மியாவ், மியாவ்’ என்று கத்திய வண்ணம் பூனையொன்று வாலைக் குழைத்துக்கொண்டு வந்தது. அகல்யா ஓடோடியும் வந்து அதைப் பிடித்துக்கொண்டு உள்ளே சென்றாள்.

“இந்நேரத்தில் பூனையை எதற்காகப் பிடித்துக்கொண்டு போகிறாய”

"என்னைக் கண்டால் உங்களுக்குப் பயமாயிருக்கும்போது. உங்களைக் கண்டால் எனக்குப் பயமாயிராதா? - அதனால் இந்தப் பூனையாவது துணையாயிருக்கட்டுமே என்று பிடித்துக்கொண்டு போகிறேன்"

"இனிமேல் பேசினால் கேளுங்கள்" என்று சிறிது நேரத்துக்கு முன்னால் சொன்னதை மறந்து. இப்போது நீ என்னுடன் பேசிவிட்டாய் போலிருக்கிறதே" என்றான் கனகலிங்கம்.

இருவரும் சிரித்தார்கள்.

இந்தச் சமயத்தில் ராதாமணி அங்கு வந்து சேரவே, அகல்யா சட்டென்று தலையை உள்ளுக்கிழுத்துக்கொண்டு விட்டாள்.

கனகலிங்கம், அவனை அழைத்துக் கொண்டு மேலே சென்றான அங்கே தன்னுடைய கதையைக் கலைஞான புரத்திலிருந்து ஆரம்பித்துச் சென்னையில் கொண்டுவந்து முடித்தான் அவன் எல்லாவற்றையும் பொறுமையுடன் கேட்டுக் கொண்டிருந்துவிட்டு, "அட, பாவி! இனிமேல் நீ என்ன செய்யப்போகிறாய்" என்று கேட்டான் ராதாமணி.

"நானும் அதையேதான் உன்னிடம் கேட்க வேண்டுமென்று இருந்தேன்."

"எதை?"

"இனிமேல் நான் என்ன செய்யவேண்டும் என்பதைத்தான்"

"உனக்கு எல்லாம் வேடிக்கையாயிருக்கிறது, தம்பி!- அது எப்போது தெரியும்? - போகப் போகத்தான் தெரியும்" என்று சொல்லிக் கொட்டாவிவிட்டுக் கொண்டே, ராதாமணி கீழே இறங்கினான்

அப்போது மாடிக் கதவை லேசாகத் திறந்து யாரோ எட்டிப் பார்ப்பது போலிருக்கவே, "யார், அது?" என்று கேட்டுக் கொண்டே அவன் விரைந்தான்.

அடுத்த நிமிஷம் அந்த ஆசாமி விழுந்தடித்துக் கொண்டு ஓடும் சத்தம் கேட்டது.

அகல்யா பரபரப்புடன் வெளியே வந்து பார்த்தாள் ராதாமணியும் கனகலிங்கமும் அவனைத் தொடர்ந்து

ஓடிக்கொண்டிருந்தனர் ஆனால் அவன் பிடிபடவில்லை, அதற்குள் மாயமாய் மறைந்துவிட்டான்.

"சுதந்திரம் வந்தாலும் வந்தது, நகரில் திருடர்களின் தொல்லை அதிகமாய்ப் போச்சு!" என்று 'விமர்சனம்' செய்துகொண்டே ராதாமணி வந்து படுத்தான்; அவனுக்குத் தூக்கம் வந்துவிட்டது

அவனைத் தொடர்ந்து வந்த கனகலிங்கம் மாடிக்கதவைத் 'தடா'லென்று சாத்தித் தாளிட்டுவிட்டு வந்து படுத்தான் அவனுக்குத் தூக்கம் வரவில்லை, 'ஒரு வேளை இன்று வந்தவனும், கலைஞானபுரத்தில் அன்று வந்தவனும் ஒரே ஆளாயிருக்குமோ' என்று அவன் வாயில் விரலை வைத்துக்கொண்டு எண்ணமிடலானான்

~

# 11

"...ஆண்கள் தங்களுடைய கற்பைக் காப்பாற்றிகள் கோள்ளாதவரை பெண்கள் தங்களுடைய கற்பை எப்படிக் காப்பாற்றிக் கோள்ளமுடியும்?" — அகல்யா

பொழுது விடியப் போகும் தருணத்தில், 'தொம் தொம் தொம் தொம்' என்ற மங்கல முரசொலி கிழேயிருந்து வந்து கனகலிங்கத்தின் சிந்தனையைக் கலைத்தது, அதைத் தொடாந்து பலா ஒரே ஆரவாரம் செய்து கொண்டு ஓடும் சத்தமும் அவன் காதில் விழுந்தது என்ன விசேஷமாயிருக்கும்? என்று ஒன்றும் புரியாமல் அவன் எழுந்து போய்த் தெருவைப் பார்த்தான். அப்பொழுது திருவிழாக் காலமாதலால் அம்மனுக்குத் தெரியாமல் சுவாமி தாசி வீட்டுக்குச் சென்று திரும்பிக் கொண்டிருந்தார் எனவே, மற்ற வாத்தியங்களெல்லாம் நிறுத்தப்பட்டு முரசு மட்டும் ஒலித்துக்கொண்டிருந்தது பக்தர்கள் சுவாமியின் மானத்தைக் காப்பதற்காக இரு புறங்களிலும் வரிசைக்கிரமமாக எரிந்து கொண்டிருந்த காஸ் லைட்டுகளை அணைத்திருந்த தோடு, அவருடைய தலையில் முக்காட்டையும் போட்டிருந்தனர்

இந்தக் கண்ணராவிக் காட்சியைத் தீவட்டி வெளிச்சத்தில் கண்டதும் கனகலிங்கத்துக்கு என்ன தோனறிறறோ. அவன ஓடோடியும் சென்று ராதாமணியை ஓர் உலுக்கு உலுக்கி எழுப்பிக்கொண்டு வந்தான் அவன் தூக்கக் கலக்கத்தில், “என்னடா உனக்கு என்ன வந்துவிட்டது” என்று எரிச்சலுடன் கேட்டான்.

எனக்கு ஒன்றும் வரவில்லை கீழே பார்த்தாயா? - உன்னைப் போன்ற பக்தர்களிடம் கடவுள் அகப்பட்டுக் கொண்டு படும் பாட்டை என்றான் கனகலிங்கம்.

“போடா, போ!- இதற்குத்தானா நீ என்னுடைய தூக்கத்தைக் கலைத்தாயா? - இதெல்லாம் ஒரு ஐதீகம்.”

“எது ஐதீகம்? - இன்னும் கொஞ்ச நாட்கள் போனால் சுவாமி தாசி வீட்டுக்குச் செல்வது வைதீகம் என்றுகூட நீ சொல்லிவிடுவாய் போலிருக்கிறதே!- ரொம்ப அழகாயத்தான இருக்கிறது - இந்த லட்சணத்தில் நீங்கள் 'கற்பு, கற்பு' என்று வேறு கதைக்கிறீர்கள் - உங்களுக்கு வெட்கமாயில்லையா?”

“இதெல்லாம் பெரிய தத்துவம், உனக்கு ஒன்றும் புரியாது...”

“அப்படிப் போடு ஒரு போடு!- இப்பொழுதுதான் தெரிகிறது. தத்துவம்' என்றால் என்ன என்று...”

“என்ன தெரிகிறது? - சொல்லேன், பார்ப்போம்?”

“எது உனக்கும் எனக்கும் புரியவில்லையோ, அது தானே தத்துவம்?”

“நாசமாயப் போச்சு. நான் படுத்துக் கொள்கிறேன், போடா” என்று சொல்லிக்கொண்டே ராதாமணி படுக்கையில் படுத்து. உடனே தூங்கியும் விட்டான்.

அந்தத் ‘தூங்கு மூஞ்சி’க்கு மேலும் மேலும் தொந்தரவு கொடுக்க கனகலிங்கம் விரும்பவில்லை வயிற்றெரிச்சலுடன் சிறிது நேரம் அந்தக் காட்சியைப் பார்த்துக் கொண்டிருந்தான் பார்க்கப் பார்க்க அவனுடைய வருத்தம் பன்மடங்கு அதிகமாயிற்று அந்த வருத்தத்தில் ‘மனிதர்களையாவது கடவுள் காப்பாற்றலாம், கடவுளை யார் காப்பாற்றுவது? - தன்னைத் தானே தான் அவா காப்பாற்றிக் கொள்ள வேண்டும்’ என்று சொல்லிகொணடே அவன் திரும்பினான் அது வரை அவனுக்குத் தெரியாமல் பின்னால் நின்று கொண்டிருந்த அகல்யா. “இது சட்டப்படி குற்றம் என்றாள் சிரித்துக்கொண்டே

“எது?”

“சுவாமி தாசி வீட்டுக்குச் சென்றுவருவதுதான்!”

கனகலிங்கம் சிரித்தான்.

“ஒருவேளை இதற்காகப் போலீஸார் மனிதர்களிடம் லஞ்சம் வாங்குவதுபோலக் கடவுளிடமும் ஏதாவது வாங்கியிருப்பார்களோ, என்னமோ?”

“இருக்காது, பிறரிடம் தாங்கள் வாங்கும் லஞ்சத்துக்காக மன்னிப்புக் கோரி அவர்கள் கடவுளுக்கே லஞ்சம் கொடுப்பவர்களாயிற்றே”

“எனக்கு ஒரு சந்தேகம் - எல்லா உயிர்களையும் தன் உயிர்போலப் பாவிப்பவர்களை மகாத்மாக்கள் என்று மக்கள் அழைக்கிறார்கள் சாட்சாத் கடவுளையே தங்களைப் போன்ற தூதர்களாகப் பாவிக்கும் இவர்களை என்னவென்று அழைப்பது?”

“ஏன், துராதமாக்கள் என்று அழைத்தால் போகிறது” என்றான கனகலிங்கம்.

“எல்லோரையும் துராதமாக்கள் என்று சொல்லிவிட முடியுமா? - உதாரணமாக, இதோ நீங்கள் இருக்கிறீர்கள் - கற்பைக் காப்பாற்றுவதில் கடவுளுக்குக்கூட இல்லாத கவலை

உங்களுக்கு இருக்கிறது" என்று அதுதான் சமயமென்று அவனை வம்புக்கிழுப்பதில் முனைந்தாள் அவள்.

அவன் குறுக்கிட்டு, "இது என்ன வேடிக்கையாயிருக்கிறதே. அந்தக் கவலை இல்லாவிட்டால் நான் எப்படி என்னுடைய ஆண்மையைக் காப்பாற்றிக் கொள்ள முடியும்? இல்லை நீதான் எப்படி உன்னுடைய பெண்மையை காப்பாற்றிக் கொள்ள முடியும்? - மனிதன் ஒழுக்கத்தோடு வாழ்வதற்கு ஆண்மையும் பெண்மையும் மிகமிக அவசியமாச்சே இல்லையென்றால் மிருகத்துக்கும் மனிதனுக்கும் வித்தியாசமே இருக்காதே" என்றான்

"இப்படிப் பேசும் உங்களைப்போன்ற ஆணகள்தான் பெண்களின் விடுதலையைப் பற்றியும் பேசுகிறார்கள் - இது அதிசயமாயில்லையா?"

"இதில் என்ன அதிசயம் இருக்கிறது? - பெண்கள் அறியாமையிலிருந்து விடுதலை பெற வேண்டுமென்றுதான் சொல்கிறார்களே தவிர, கற்பிலிருந்து விடுதலை பெற வேண்டுமென்று சொல்லவில்லையே!"

"அதற்கு இந்திரனைப் போன்றவர்கள் குறுக்கே நிற்கிறார்களே, அவர்களைப் பற்றி நீங்கள் என்ன சொல்கிறீர்கள்? ஆண்கள் தங்களுடைய கற்பைக் காப்பாற்றிக் கொள்ளாத வரை பெண்கள் தங்களுடைய கற்பை எப்படிக் காப்பாற்றிக் கொள்ள முடியும்?"

"ஏன் முடியாது? - பெண்கள் தங்களுடைய கற்பைக் காப்பாற்றிக் கொண்டால் ஆண்கள் தாங்களாகவே கற்பைக் காப்பாற்றிக் கொண்டு விடுகிறார்கள்"

"அதேமாதிரி பெண்களும் சொல்லலாமல்லவா?"

"பேஷாய்ச் சொல்லலாம்."

"அப்படியானால் இந்தப் பிரச்சனைக்கு ஒரு முடிவு வேண்டாமா?"

"அதைப்பற்றி உன் போன்ற பெண்களும் இந்திரன் போன்ற ஆண்களும் தான் சிந்திக்க வேண்டும்."

"சிந்திக்கச் சிந்திக்க ஒரு பலனையும் காணோமே மூளைதான் குழம்புகிறது!"

"உங்களுடைய மூளை மட்டுமா குழம்புகிறது - உங்களை எவ்வளவோ கஷ்டங்களுக்கு மத்தியில் கலாசாலைக்குப் படிக்க அனுப்பி வைக்கிறார்களே, உங்களுடைய பெற்றோர்கள் - அவர்களுடைய மூளை கூடத்தான் குழம்பித் தொலைகிறது."

அகல்யாவுக்கு இது பிடிக்கவில்லை, அவள் அவனை எரித்து விடுபவள்போல் பார்த்தாள்.

"என் மீது கோபப்பட்டுப் பலனில்லை; நான் உள்ளதைத்தான் சொல்கிறேன்" என்றான் அவன்.

"நீங்கள் ஒன்றும் உள்ளதையும் சொல்ல வேண்டாம், இல்லாததையும் சொல்ல வேண்டாம்"

"சரி, சும்மா இருக்கிறேன்."

அகல்யா ஒரு வினாடி அவனை உற்றுப் பார்த்தாள் மறு வினாடி, "நீங்கள் வேண்டுமானால் ராமகிருஷ்ண பரமஹம்ஸரைப்போல எத்தனை நாட்கள் வேண்டுமானாலும் சும்மா இருக்கலாம், என்னால் சாரதாமணி அமமையாரைப் போலச் சும்மா இருக்க முடியாதே!"

"உண்மைதான்! சாரதாமணி அம்மையாருக்குக் கடமை பெரிதாயிருந்தது, உனக்கோ காதல் பெரிதாயிருக்கிறது ஆனால் கடமையின்றிக் காதல் வளர முடியாது. காதலின்றிக் கடமை வளர முடியாது என்பதை நீ இன்னும் உணரவில்லை அதைவிட நீ விடாப்பிடியாகக் கட்டிக்கொண்டு அழும் காதலுக்கு ஒழுக்கம் உயிரைப் போன்றது என்பதையும் நீ இன்று வரை உணராமலிருப்பது தான் எனக்கு ரொம்ப ரொம்ப ஆச்சரியமாயிருக்கிறது" என்று அவன் இரைந்தான்.

"நான் ஒன்று சொன்னால் நீங்கள் ஒன்று சொல்கிறீர்கள்!" என்றாள் அகல்யா, வேதனையுடன்.

"நீ என்ன சொன்னாய்?" என்று கேட்டுக் கொண்டே, அவள் முகத்தை ஏறிட்டுப் பார்த்தான்.

"நாலு பேருக்கு முன்னால் ஆண்கள் எத்தனை நாட்கள் வேண்டுமானாலும் சும்மா இருக்கலாம். பெண்கள் அப்படி இருக்கமுடியாதே என்று நான் சொன்னேன்."

"அதற்கு என்னை என்ன செய்யச் சொல்கிறாய்"

"வேண்டுமானால் ராமகிருஷ்ண பரமஹம்ஸரைப்போல நீங்கள் என்னைக் கலியாணம் செய்துகொண்டுவிடுங்கள்; நான் சாரதாமணி அம்மையாரைப்போலச் சும்மா இருக்கிறேன்!"

"அப்பொழுது மட்டும் அந்த நாலு பேர் சும்மா இருந்து விடுவார்களா?"

"இருப்பார்கள் - கல்யாணத்துக்குப் பிறகு யார் எக்கேடு கெட்டுப் போனாலும் அவர்கள் கவலைப்படுவதில்லை, அவர்களுடைய லட்சியமெல்லாம் கல்யாணம், கல்யாணம். கல்யாணம்!" என்றாள் ஆத்திரத்துடன்.

"உன்னுடைய லட்சியம் காதல், காதல், காதல்" என்றான் அவன் பதிலுக்கு.

அகல்யா பொறுமையிழந்து, "நீங்கள் இப்படித்தான் ஏதாவது சொல்லிக்கொண்டே இருக்கப்போகிறீர்களா? அன்று சொன்னதுபோல் என்னைக் காதலிக்காமல் கொல்வதைவிடக் காதலித்தே கொன்றுவிடலாம் என்பதுதான் உங்களுடைய எண்ணமா? சொல்லுங்கள்; சொல்லிவிடுங்கள்" என்றாள் அழுதுகொண்டே.

கனகலிங்கம் சிரித்துக்கொண்டே, "சரி; நான் இப்பொழுது உன்னை ஒரு கேள்வி கேட்கிறேன் - உன்னுடைய காதல் பிழைக்க வேண்டுமா? அல்லது, நீ பிழைக்க வேண்டுமா?" என்று கேட்டான்.

"இது என்ன கேள்வி. நானும் தான் பிழைக்க வேண்டும்; என்னுடைய காதலும் தான் பிழைத்துத் தொலைய வேண்டும்"

"அது எப்படி முடியும்? - காதல் கவிதைகளும் காவியங்களும் ஓலமிடுகிறபடி நீ பிழைக்க வேண்டுமானால் உன்னுடைய காதல் செத்துத்தான் தீரவேண்டும், உன்னுடைய காதல் பிழைக்க வேண்டுமானால் நீ செத்துத்தான் தீரவேண்டும் இதைத் தவிர, நீ இப்பொழுதுள்ள நிலையில் வேறு வழியே கிடையாது!"

இந்தச் சமயத்தில், "அட பாவி! இது என்னடா இது! பொழுது விடிந்ததும் விடியாததுமாயிருக்கும் பொழுதே யாருக்கோ சாக வழிசொல்லிக் கொடுத்துக் கொண்டிருக்கிறாயே!" என்று கூறிக்கொண்டே ராதாமணி படுக்கையைவிட்டு எழுந்து உட்கார்ந்தான்

"ஒன்றுமில்லை; காதல் பிரச்சனையைக் கொஞ்சம் அலசிக் கொண்டிருக்கிறேன்..."

"அது பொல்லாத பிரச்சனையாச்சே!- சாட்சாத் ராமபிரானுக்கும் சீதா தேவிக்கும் இடையே அது இருந்திருக்கிறது; அர்ஜுனனுக்கும் பாஞ்சாலிக்கும் இடையே கூட அது இருந்து தொலைந்திருக்கிறது!- அதைப் பற்றி யாராயிருந்தாலும் ஒரு முடிவுக்கு வருவது அவ்வளவு லேசான காரியமல்லவே!" என்றான் ராதாமணி.

"அது என்னடா, அது!- எது என்று தெளிவாகத்தான் சொல்லித் தொலையேன்?"

"காதல்தான்!" என்று அவன் காதோடு சொல்லிவிட்டு, ராதாமணி அவசர அவசரமாகச் சட்டையை எடுத்து மாட்டிக் கொண்டான்

"என்ன, வீட்டுக்கு கிளம்பிவிட்டாயா?" என்று கேட்டான் கனகலிங்கம்.

"ஆமாம்" என்றான் அவன்

"உன்னிடம் நான் ஒரு சமாசாரம் சொல்ல வேண்டுமே? - மத்தியானம் எனக்குச் சாப்பாடு வேண்டாம்"

"ஏன்?"

"நான் எங்கேயாவது போய் வேலை தேடலாமென்று இருக்கிறேன்; எப்பொழுது திரும்புவேனோ என்னமோ?"

"சரி, அவர்களுக்கு?" என்று அகல்யாவைச் சுட்டிக் காட்டிக் கேட்டான் ராதாமணி

"எனக்கும் வேண்டாம்; நான் இன்று என் சிநேகிதி வீட்டுக்குப் போய் வரலாமென்று இருக்கிறேன்" என்றாள் அகல்யா.

"எந்தச் சிநேகிதி? - அன்றொரு நாள் உனக்கு அழகுச் சாதனங்கள் வாங்கி அனுப்பியிருந்தாளே அந்தச் சிநேகிதியா?" என்று கனகலிங்கம் கேட்டான்.

"ஆமாம்" என்றாள் அகல்யா.

ராதாமணி போய்விட்டான்.

அவன் சென்றதும், "நீ வெளியே போக வேண்டும் என்கிறாயே, வழியில் உன்னுடைய சித்தப்பா உன்னைப் பார்த்துவிட்டால் நீ என்ன செய்வாய்?" என்று கேட்டான் கனகலிங்கம்.

"போகிற உயிர் உங்களால் தானா போகவேண்டும்? சித்தப்பாவால் தான் போகட்டுமே!" என்று அகல்யா விரக்தியுடன் சொன்னாள்.

"அப்படியானால் சரி" என்று கனகலிங்கம் அவள் சொன்னதை ஆமோதித்தான்.

அதற்குள் அகல்யா ஏதோ ஒரு தீர்மானத்துக்கு வந்தவளாய், "நான் போனால் போகிறேன் நீங்களாவது தப்பிப் பிழையுங்கள்" என்று துக்கம் தொண்டையை அடைக்கச் சொன்னாள்.

"யாரிடமிருந்து?" என்று கனகலிங்கம் கேட்டான்.

"யாரோ ஒருவன் அடிக்கடி வந்து உங்களையும் என்னையும் எட்டி எட்டிப் பார்த்து விட்டுப் போகிறானே, அவனிடமிருந்து...!"

"உனக்காகவா?"

"இல்லை, உங்களுக்காகத்தான்"

"எனக்காகத் தப்பிப் பிழைக்க நான் எப்பொழுதுமே விரும்புவதில்லை, ஏனெனில் மரணம் யார் மூலமாக வந்தாலும் இரு கைகளையும் நீட்டி நான் அதை ஆவலுடன் வரவேற்கத் தயாராயிருக்கிறேன்"

"எதற்கு"

"வேறெதற்குமில்லை இன்று வரை நான் எடுத்திருக்கும் நல்லவன்' என்ற பெயரைக் காப்பாற்றிக் கொள்வதற்குத்தான்."

"நல்லவன் என்றால் என்ன அர்த்தம் என்று உங்களுக்குத் தெரியுமா?" என்று அகல்யா கேட்டாள்.

"தெரியும், ஒன்றும் தெரியாத அப்பாவி என்று அர்த்தம்" என்றான் கனகலிங்கம்.

"அப்படியிருக்கும் போது அந்த அசட்டுப் பட்டத்தைக் கட்டிக் கொண்டு ஏன் அழுகிறீர்கள்?"

"எல்லாம் தெரிந்தவனாயிருப்பதைவிட ஒன்றும் தெரியாதவனாயிருப்பதேமேல் என்று நான் நினைப்பதால்தான்!"

"உங்களுடைய புத்தி ஏன்தான் இப்படியெல்லாம் போகிறதோ?"

"என்னுடைய புத்தி அப்படிப் போகவில்லை, உலகம் அப்படிப் போய்க் கொண்டிருக்கிறது!"

"அந்த உலகத்தை எதிர்த்து நிற்க உங்களுக்குத் தைரியமில்லையா?"

"தைரியம் இருக்கிறது, அதற்கு வேண்டிய பணம்தான் என்னிடம் இல்லை!"

"பணம் என்னத்துக்கு? மனமிருந்தால் போதுமே!"

"அது ஊரை ஏமாற்றும் பேச்சு, அந்த மாதிரிப் பேசி உன்னை ஏமாற்ற நான் விரும்பவில்லை!"

"என்னமோ, போங்கள்!- உங்களை என்னால் புரிந்துகொள்ளவே முடியவில்லை" என்றாள் அவள் அலுப்புடன்.

"உன்னையும் தான் என்னால் புரிந்து கொள்ள முடியவில்லை" என்றான் அவன் வெறுப்புடன்.

* * *

சிறிது நேரத்துக்குப் பிறகு கனகலிங்கம் அறையைப் பூட்டிச் சாவியைக் கொடுப்பதற்காக அகல்யாவிடம் வந்தான் அதை வாங்கிக் கொள்வதற்காக அவள் கையை நீட்டினாள் அதற்குள், 'இன்னொரு முறை நாம் இங்கே திரும்பி வர வேண்டுமா என்ன? அப்படி வருவதால் யாருக்கு என்ன லாபம்? அதனால் அவருக்கும் தொல்லை, நமக்கும் தொல்லை!- வேண்டாம், திரும்பி வரவே வேண்டாம்' என்று தோன்றியது அவளுக்கு உடனே அவள் நீட்டிய கையை இழுத்துக் கொண்டு, என்னிடம் சாவி என்னத்துக்கு? நீங்களே வைத்துக் கொள்ளுங்கள்!" என்றாள்.

"பரவாயில்லை; இதை நீயே வைத்துக்கொள் - என்னிடம் வேறொரு சாவி இருக்கிறது" என்று சொல்லி அவளிடம் ஒரு சாவியை வற்புறுத்திக் கொடுத்து விட்டுக் கனகலிங்கம் சென்றான்.

தெருக்கோடியைக் கடக்கும் வரை தலையில் கை வைத்த வண்ணம் அவனையே பார்த்துக் கொண்டிருந்த அகல்யா, 'சட்'டென்று திரும்பி வராந்தாவில் கிடந்த நாற்காலியில் உட்கார்ந்தாள். அவளையும் அறியாமல் அவள் இதழ்கள் 'ரொம்ப விசித்திரமான மனிதர்! இவரைவிட அந்த விசுவாமித்திரரே எவ்வளவோ தேவலை போலிருக்கிறது!' என்று முணுமுணுத்தன.

~

# 12

“இயற்கையின் விந்தையே விந்தை” ஒரு பெண்ணுக்கு என்னதான் நல்ல மனதோடு இன்னொரு ஆண்மகன் உதவி செய்தாலும். அதை விபரீதமாக எடுத்துக் கோண்டு விடுவதற்குப் பாழும் இயற்கை சுலபமாக இடங்கோடுத்துவிடுகிறது.... — கனகலிங்கம்

இதற்கு முன் சென்னை ரஸ்தாக்களில் எத்தனையோ தடவை அகல்யா தன்னந்தனியாக நடந்திருக்கிறாள். அப்பொழுதெல்லாம் அவள் எதையும் யாரையும் ஒரு முறை கூடத் திரும்பிப் பார்த்ததில்லை; இப்பொழுதோ அவள் எல்லாவற்றையும் திரும்பித் திரும்பிப் பார்த்துக்கொண்டே சென்றாள். குறிப்பாக ஜவுளிக் கடைகள், நகைக் கடைகள், வளையல் கடைகள், செருப்பு கடைகள் ஆகியவற்றின் மீது அவள் கவனம் அடிக்கடி சென்றது. அங்கே தனக்குத் தெரிந்தவர்கள் யாராவது நின்று கொண்டிருப்பார்களோ அவர்கள் தன்னைக் கண்டதும் தங்களுக்குள் ஏதாவது பேசிக்கொள்வார்களோ என்று அவளுக்கு அச்சமாயிருந்தது. அதற்கேற்றாற்போல் அங்கங்கே அவளுக்குத் தெரிந்தவர்கள் ஓரிருவர் இல்லாமலும் போகவில்லை; அவர்கள் அவளைப்பற்றிப் பேசாமலும் இருக்கவில்லை.

'இதோ போகிறாள் பார், இவள் தான் அகல்யா!' என்று சுட்டிக் காட்டினாள் அவர்களில் ஒருத்தி.

'எனக்குத் தெரியுமே!- யாரோ ஒருவனுடன் ஓடிப் போய்விட்டாள் என்று சொன்னார்களே. அவள் தானே இவள்?' என்றான் இன்னொருத்தி.

'ஆமாம்; ஆனால் ஓடிப் போகவில்லையாம்; நடந்துதான் போனாளாம்!' என்றாள் வேறொருத்தி 'களுக்'கென்று சிரித்துக் கொண்டே.

'எனக்கு யாரோ பறந்து போனாள் என்று சொன்னார்களே!' என்றாள் வேறொருத்தி கலகல வென்று நகைத்துக்கொண்டே.

இவ்வாறு அந்த நாரீமணிகள் அகல்யாவைப் பழிப்பதன் மூலம் தங்களைத் தாங்களே தங்களுக்குத் தெரியாமல் பழித்துக் கொண்டார்கள். அந்தப் பழிச்சொற்களைக் கேட்கக் கேட்க அகல்யாவின் உணர்ச்சி குன்றிற்று; உள்ளம் குன்றிற்று - ஏன், உடலே குன்றிற்று என்று கூடச் சொல்லலாம். அதுமட்டுமல்ல; அவளுடைய நிமிர்ந்த நடையும் நேர்கொண்ட பார்வையும் கூட நிலை குலைந்தன. இப்பொழுது தான் சமூகத்தின் உண்மையான சொரூபத்தைப் பேதை அகல்யா கண்ணாரக் கண்டாள். கண்ட பிறகு, கேட்ட பிறகு, அவள் முதன் முதலாகக் கவலையும் கொண்டாள்.

'இன்னும் கொஞ்ச தூரந்தான். இதோ போய்விடலாம்' என்ற நம்பிக்கை அந்த நிலையிலும் அவள் நடைக்குக் கொஞ்சம் வேகம் கொடுத்தது. அவள் 'விறுவிறு' வென்று நடந்தாள்.

"அம்மா! டாக்ஸி வேண்டுமா, அம்மா?"

"வேண்டாம்..."

"அம்மா! ரிக்ஷா வேண்டுமா, அம்மா?"

"வேண்டாம்..."

இவ்வாறு மறுத்துக் கொண்டு வரும்போது அவள் என்ன நினைத்துக் கொண்டாளோ என்னமோ, தனக்குத் தானே சிரித்துக் கொண்டாள். அந்தச் சிரிப்பைத் தொடர்ந்து. அந்த நாட்களில் அப்பா ஊரிலிருந்து கேட்கும் போதெல்லாம் பணம் அனுப்பிக்கொண்டே இருப்பார்; நாம் பையைத் திறப்பதும் மூடுவதுமாகப் பணத்தை அலட்சியமாக எடுத்து அனாவசியமாகச் செலவழித்துக் கொண்டிருப்போம். இப்பொழுது யார் நமக்கு அப்படிப் பணம் அனுப்பி வைக்கப் போகிறார்கள்? யாருடைய தைரியத்தைக் கொண்டு நாம் இப்பொழுது 'டாக்ஸி'க்கும் 'ரிக்ஷா'வுக்கும் செலவழிக்க முடியும்?' என்று அவள் உள்ளம் கடந்த நாட்களை நோக்கியது.

'பலனை எதிர்பாராமல் கடமையைச் செய்யும் அப்பாக்களைப் போன்ற ஜீவன்கள் இந்த உலகத்தில் வேறு ஏதாவது இருக்க முடியுமா?' என்று எண்ணி அவள் ஒரு கணம் வியந்தாள். மறுகணம், குற்றமற்ற அப்பாவின் அன்பை ஒரு நொடியில் உதறித் தள்ளி விட்டு, குற்றமுள்ள இந்திரனின் அன்பை நாம் தேடிச் சென்றோமே!- என்ன மடமை? எவ்வளவு மதியீனம்?' என்று எண்ணி அவள் பொருமினாள்.

'பெற்ற தாயினும் மேலாக இன்னொருவர் நம்மிடம் அன்பு செலுத்த முடியுமா? நம்முடைய சுகத்திலும் துக்கத்திலும் அவளுக்கு இல்லாத அக்கறை வேறு யாருக்காவது இருக்க முடியுமா? - கடைசியில், 'தான் பத்து மாதங்கள் சுமந்து பெற்ற குழந்தை' என்பதையும் மறந்து. அவள் நம்மை வெறுத்துத் தள்ளும்படியான நிலைமைக்கு அல்லவா நாம் இப்பொழுது வந்துவிட்டோம்? எல்லோரும் செத்துப் பிரிந்தால் நாம் சாகாமலேயல்லவா பிரிந்துவிட்டோம்? - அப்பப்பா! என்ன கொடுமை எவ்வுளவு - கொடூரம்! நினைக்கும்போதே நெஞ்சம் பதறுகிறதே!- உம், கடந்த காலத்தை எண்ணி

இப்பொழுது வருந்துவதில் என்ன பயன்? - இனிமேல் என்ன நடக்கப் போகிறதோ? சியாமளா தன்னை எப்படி வரவேற்கப் போகிறாளோ? அவள் தன்னைப் பற்றி, தன்னுடைய 'நடத்தை'யைப் பற்றி என்ன நினைக்கப் போகிறாளோ? என்ன சொல்லப் போகிறாளோ..?'

அவள் எப்படி வரவேற்றாலும் சரி, என்ன சொன்னாலும் சரி!- அவளிடம் எதையும் ஒளிக்கக்கூடாது; எல்லாவற்றையும் சொல்லிவிட வேண்டும்.

'ஆம்; கனகலிங்கத்தைப் பற்றியும் அவரைப் பற்றித் தான் கண்ட கனவைப் பற்றியும், அந்தக் கனவு நிறைவேறாமற் போய்விட்டதைப் பற்றியும் கூட அவளிடம் சொல்லிவிடத்தான் வேண்டும்.'

'ஐயோ, இது என்ன? நம்முடைய கனவு நிறைவேறவில்லை என்று நாம் எப்படிச் சொல்ல முடியும்? அவர் நம்மைப்பற்றி என்ன நினைத்துக் கொண்டிருக்கிறாரோ! நமக்காக அவர் இன்னும் என்ன செய்யவேண்டுமென்று காத்துக் கொண்டிருக்கிறாரோ - நாமோ எடுத்ததற்கெல்லாம் அவசரப்படுகிறோம்; அவரோ எதையும் ஆற அமர யோசித்து செய்கிறார்!- முன்பின் தெரியாத நமக்காக இவர் இதுவரை செய்திருக்கும் உதவியைத்தான் அற்பமென்று தள்ளிவிடமுடியுமா? அவர் நம்மைக் கலைஞானபுரத்தில் சந்தித்திருக்காவிட்டால் நம்முடைய கதிதான் என்ன ஆகியிருக்கும்? - நமக்கிருக்கும் அவசரத்தின் காரணமாக நாம் இன்னும் எத்தனை தவறுகள் செய்திருப்போமோ? இன்னும் எத்தனை தொல்லைகளுக்கு ஆளாகியிருப்போமோ?.. நல்ல சமயத்தில் கடவுள் போல வந்து அல்லவா அவர் நம்மைக் காப்பாற்றினார்...?'

அவர் நன்றாயிருக்கட்டும், அவருடைய வாழ்க்கை எல்லா விதத்திலும் சிறக்கட்டும், அவருடைய அறிவுச் சுடர் என்னைப்போல் அந்தகாரத்தில் மூழ்கி அவதிப்படும் அபலைகளுக்கு வாழ வழி காட்டட்டும்.

அகல்யா இப்பொழுது எதையும் பொருட்படுத்தவில்லை; யாரையும் திரும்பிப் பார்க்கவில்லை இருகைகளாலும் காதுகளைப் பொத்திக்கொண்டு 'மடமட'வென்று நடந்தாள்.

'பாம், பாம் - பாம்ப பாம், பாம்ப பாம்!"

மோட்டார் 'ஹாரன்' சத்தம் அவள் காதில் விழவில்லை; எனவே அவளுடைய நடையில் வேகமும் குறையவில்லை

திடீரென்று அவளுக்கு அருகே அந்த மோட்டார் 'கிறீச்' சிட்டுக்கொண்டு நின்றது.

"அகல்யா! அகல்யா - ஓ, அகல்யா"

நினைவு கலைந்து அகல்யா நிமிர்ந்து பார்த்தாள் அவ்வுளவுதான், "சியாமளாவா! என் சியாமளாவா" என்றாள் அவள் வியப்புடன்

"ஆமாம், உன்னுடைய சியாமளாதான்" என்றாள் காரில் உட்கார்ந்து கொண்டிருந்த அந்தப் பெண்மணி.

"இல்லை; என்னுடைய சியாமளா!" என்றான் அவளுக்கு அருகில் உட்கார்ந்து கொண்டிருந்த அவள் கணவன் மணிவண்ணன்.

அவனைக் கடைக்கண்ணால் நோக்கிக் கொண்டே "உன்னைத்தான் நானும் தேடிக்கொண்டு வருகிறேன்" என்றாள் அகல்யா.

"யாரை? - என்னையா!" என்று மணிவண்ணன் தன்னைத் தானே சுட்டிக் காட்டி, தனக்கே இயற்கையான குறும்புடன் கேட்டான்.

சியாமளா சிரித்தாள், அகல்யாவும் அவளுடன் சேர்ந்து சிரித்து, தன்னுடைய மனச் சுமையை ஓரளவு குறைத்துக் கொண்டாள்

"அவர் இன்னும் தன்னைச் சின்னக் குழந்தையாகவே நினைத்துக் கொண்டிருக்கிறார், அகல்யா - நீ வா, வண்டியில் ஏறிக்கொள், வீட்டுக்குப் போவோம்" என்றாள் சியாமளா.

அகல்யா தயங்கினாள், மணிவண்ணன் 'சட்'டென்று காரைவிட்டு இறங்கி, மோட்டாரோட்டிக்குப் பக்கத்தில் போய் உட்கார்ந்து கொண்டான்.

அகல்யா ஏறிக்கொண்டாள், கார் ஆடி அசைந்து நடந்து செல்லும் பாதசாரிகளைக் கண்டு எள்ளி நகையாடிக்கொண்டே 'விர்' என்று கிளம்பிற்று!

\* \* \*

அன்று மாலை கனகலிங்கம் சோர்வுடன் தன் அறைக்குத் திரும்பினான். நாள் பூராவும் அலைந்ததுதான் மிச்சம்;

அவனுக்கு ஒரு வேலையும் கிடைக்கவில்லை. 'கையிலுள்ள காசு செலவழிவதற்குள் ஏதாவது ஒரு வேலை கிடைத்துவிட்டால் போதும்' என்று எண்ணியவனாய், விவேகானந்தர் எழுதிய புத்தகம் ஒன்றை எடுத்துக் கொண்டு படிப்பதற்காக உட்கார்ந்தான்.

பக்கத்தைப் புரட்டுவதற்குள் இருள் கவிந்து கொண்டு வந்தது எழுந்து சென்று விளக்கைப்போட்டுவிட்டுத் திரும்பினான் அந்தச் சமயத்தில் முகத்தில் அசடு வழிய ராதாமணி அங்கு வந்து சேர்ந்தான்.

"என்னடா. ஏன் ஒரு மாதிரியாயிருக்கிறாய்?" என்று அவனை விசாரித்தான் கனகலிங்கம்.

"ஒன்றுமில்லை; சொல்வதற்கு என்னவோ போலிருக்கிறது..." என்று மென்று விழுங்கினான் ராதாமணி.

"ஒன்றுமில்லையாவது, சொல்வதற்கு என்னவோ போலிருக்கிறதாவது? - என்ன விஷயம்? சும்மா சொல்லு?" என்றான் கனகலிங்கம்.

"அம்மாவுக்கும் நீ கெட்டவனாகி விட்டாய்..." என்று மேலே ஏதோ சொல்ல ஆரம்பித்த ராதாமணி, சொல்ல முடியாமல் திணறினான்.

கனகலிங்கத்துக்குத் தூக்கிவாரிப் போட்டது "என்ன" என்று அவன் வாயைப் பிளந்தான்.

"ஆமாம், நான் எவ்வளவோ எச்சரிக்கையாயிருந்தும் கீதா நீ யாரோ ஒரு 'அக்கா'வை அழைத்துக்கொண்டு வந்திருப்பதாக அம்மாவிடம் சொல்லிவிட்டாள் 'அவ்வளவு தூரத்துக்கு முற்றிவிட்டானா, அவன்?- இனிமேல் அவனுக்கு இங்கே சாப்பாடும் கிடையாது; நீயும் அவனுடன் சேர வேண்டாம் என்று சொல்லி, இந்த மாதம் நீ சாப்பாட்டுக்காக கொடுத்த இருபது ரூபாயையும் அம்மா என்னிடம் திருப்பிக் கொடுத்தனுப்பி விட்டார்கள் - எனக்கு என்ன சொல்வது, என்ன செய்வது என்று ஒன்றும் தோன்றவில்லை..."

"அதுதான் சொல்ல வேண்டியதையெல்லாம் சொல்லி விட்டாயே. இனிமேல் தோன்றுவதற்கு என்ன இருக்கிறது!" என்றான் கனகலிங்கம், அதற்குள் ஒருவாறு தன்னைச் சமாளித்துக்கொண்டு.

"என் மீது குற்றம் ஒன்றுமில்லை; கீதாதான்...."

"அது சரி, உன்னைப்போல் அவளுக்குப் புளுகத்தெரியுமா, என்ன? - இனிமேல்தான் பெரியவர்களிடமிருந்து அந்தக் 'கலை'யை அவள் கற்றுக் கொள்ள வேண்டும்?' என்றான் கனகலிங்கம்.

சிறிது நேரம் இருவரும் மௌனமாக இருந்தார்கள். எதிர்பாராத விதமாகத் கீதா அழுதுகொண்டே அங்கு வந்து அவர்களுடைய மௌனத்தைக் கலைத்தாள்.

"இங்கே வா அம்மா, வா!- ஏன் அழுகிறாய்? நீ நல்ல பெண்ணாச்சே. அழவே மாட்டாயே!" என்று அன்புடன் அவளுடைய தலையைக் கோதி விட்டுக் கொண்டே, அவளைத் தூக்கித் தன் மடியில் உட்காரவைத்துக் கொண்டான் கனகலிங்கம்.

"அண்ணா இல்லே... அண்ணா இல்லே... அண்ணா. இல்லே - அது என்னை அடிச்சுது!" என்றாள் அவள் விக்கலுக்கும் விம்மலுக்கும் இடையே.

"எனக்குத் தெரியுமே யாராவது உனக்கு விரோதமாக உண்மையைச் சொன்னால் நீ அவர்களை அடித்து விடுவாய் என்று!- போடா, மண்டு!- குழந்தையை என் அடித்தாய்? - நீ அழாதே அம்மா, அழாதே" என்று சொல்லிக்கொண்டே கனகலிங்கம் கீதாவைத் தேற்றினான். அவளும் சமாதானமடைந்து அழுகையை நிறுத்தினாள்.

ராதாமணி இருபது ரூபாயை எடுத்துக் கனகலிங்கத்திடம் கொடுத்துவிட்டு, "காலையில் எங்கோ வேலை தேடப் போகிறேன் என்றாயே, ஏதாவது கிடைத்ததா?" என்று கேட்டான்.

"அவ்வளவு சுலபத்தில் வேலை கிடைப்பதாயிருந்தால் தங்களைத் 'தர்மகர்த்தா'க்களாக நினைத்துக் கொண்டிருக்கும் முதலாளிகள் தொழிலாளிகளை ஏன் 'மிரட்டு, மிரட்டு' என்று மிரட்டப் போகிறார்கள்?"

"சரி, நாளைக் காலையில் நீ என்னுடன் வருகிறாயா? இங்கிலிஷ் மருந்துக்கடையொன்றில் ஏதோ வேலை இருக்கிறதாம், நான் உன்னை அழைத்துக்கொண்டு போய் அங்கே விடுகிறேன்."

"ரொம்ப சந்தோஷம்!- அதற்கென்ன அப்படியே வருகிறேன்."

"அதற்குள் சந்தோஷப்பட்டுவிடாதே: வேலை கிடைத்தபிறகு வேண்டுமானால் சந்தோஷப்படலாம்!" என்று சொல்லிவிட்டு,

ராதாமணி கீதாவை அழைத்துக்கொண்டு வீட்டுக்குக் கிளம்பினான்.

"அப்படியானால் இன்றிரவு நீ இங்கே படுத்துக் கொள்ளக்கூட வரமாட்டாயல்லவா?" என்று கனகலிங்கம் கேட்டான்.

ராதாமணி, "எப்படி வர முடியும்? - அம்மா கோபித்துக் கொள்வார்களே!" என்றான்.

"ஆமாம்; வந்தால் நீயும் என்னைப்போல் கெட்டுப்போனாலும் கெட்டுப் போய்விடுவாய்!" என்றான் கனகலிங்கம்.

ராதாமணி அசடு வழியச் சிரித்துக்கொண்டே அங்கிருந்து சென்றான்.

அவன் சென்ற பிறகு, 'இயற்கையின் விந்தையே விந்தை' ஒரு பெண்ணுக்கு என்னதான் நல்ல மனதோடு இன்னொரு ஆண்மகன் உதவி செய்தாலும், அதை விபரீதமாக உலகம் எடுத்துக் கொண்டு விடுவதற்குப் பாழும் இயற்கை சுலபமாக இடங்கொடுத்துவிடுகிறது - இந்த லட்சணத்தில் ஆண்களோடு பெண்களும் சரிநிகர் சமானமாக வாழவேண்டுமென்று பாரதியார் கனவு கண்டிருக்கிறார் அவருடைய கனவு என்றுதான் நனவாகப் போகிறதோ? என்று எண்ணிக் கொண்டே அவன் வானத்தைப் பார்த்தான்.

வானம் நிர்மலமாயிருந்தது. 'இந்த வானத்தைப் போல மனிதர்களின் மனமும் நிர்மலமாயிருந்தால் எவ்வளவு நன்றாயிருக்கும்?' என்று அவன் மறுடியும் எண்ணி, ஒரு நீண்ட பெருமூச்சுவிட்டான்.

இதே சிந்தனையில் அன்றிரவு சாப்பிடுவதற்காக அவன் ஹோட்டலுக்குக்கூடப் போகவில்லை உட்கார்ந்தவன் அப்படியே உட்கார்ந்து கொண்டிருந்து விட்டான்.

சிறிது நேரத்துக்குப் பிறகு அவனுடைய சிந்தனை வேறு திசையை நோக்கித் திரும்பிற்று அவன் அகல்யாவை நினைவு கூர்ந்தான். 'அவள் வந்தால் என்ன செய்வது? அவளிடமிருந்து இன்னும் கொஞ்ச நாட்களுக்குத் தன்னை எப்படிக் காப்பாற்றிக் கொள்வது? - ராதாமணி கூட நம்மைக் கைவிட்டு விட்டானே!' என்று எண்ணி, அவன் மேலும் கீழும் பார்த்தான்

மணி ஏழு. எட்டு, ஒன்பது பத்து என்று பதினொன்றும் அடித்து ஓய்ந்தது - அகல்யா வரவில்லை. ஆம், அவள் வரவேயில்லை.

காலையில் திரும்பி வருவதாகத்தானே சொல்லிவிட்டுப் போனாள்? - அதற்குள் என்ன ஆகியிருப்பாள்? என்று ஒரு கணம் யோசித்துப் பார்த்தான் அவன் அவனுக்கு ஒன்றும் புரியவில்லை மறுகணம், 'சரி, எல்லாம் நன்மைக்கே!' என்று எண்ணித் துணிந்தவனாய் அவன் எழுந்து சென்று. கூஜாவிலிருந்து ஒரு டம்ளர் குளிர்ந்த நீரை எடுத்துக் குடித்தான்.

திரும்பும்போது, அவள் குளிப்பதற்கு முன்னால் கொடியில் அவிழ்த்துப் போட்டுவிட்டுப் போயிருந்த புடவையொன்று காற்றில் லேசாக ஊசலாடிக் கொண்டிருப்பது அவன் கண்ணில் பட்டது 'கல்யாணமாகாத ஒரு கட்டைப் பிரம்மச்சாரியின் வீட்டில் இந்தப் புடவை இருப்பதைப் பார்த்தால் ராதாமணியின் அம்மா என்ன நம்முடைய அம்மா இருந்திருந்தால் கூட நம்மை 'யோக்கியன்' என்று ஒப்புக்கொண்டிருக்க மாட்டாளல்லவா?' என்று எண்ணி, அவன் தன்னைத் தானே சமாதானம் செய்து கொண்டான்.

அதற்குள் தூக்கம் கண்ணைச் சுழற்றுவதுபோல் இருந்தது. கதவைத் தாளிட்டுவிட்டு, விளக்கை அணைத்துவிட்டு, பாயை விரித்துவிட்டு, "பாவம்! வெளுத்ததெல்லாம் பால் என்று நினைக்கும் அவளைச் சூத்திரதாரியான கடவுள் இன்னும் எப்படி எப்படியெல்லாம் ஆட்டிப் படைக்கப்போகிறாரோ?" என்று அவன் வாய்விட்டுச் சொல்லிக்கொண்டே படுத்தான்.

அவ்வளவுதான், 'கடவுள் சூத்திரதாரியல்ல. நீதான் சூத்திரதாரி!' என்று அவனுடைய இதயம் எதிரொலித்தது

'நல்ல வேடிக்கை! நானா சூத்திரதாரி?' என்றான் அவன் வியப்புடன்.

'ஆமாம். அன்றிலிருந்து இன்றுவரை நீதான் அவளை ஆட்டிப்படைக்கிறாய்; கடவுள் ஆட்டிப் படைக்கவில்லை.'

'இது என்ன அபத்தம்!- நான் எங்கே அவளை ஆட்டிப் படைக்கிறேன்? அதற்குப் பதிலாக என்னால் இயன்ற உதவியை அல்லவா செய்து வருகிறேன்?'

'பைத்தியக்காரா! அவள் தன்னுடைய வயிற்றுக்கா உன்னிடம் உதவி கோருகிறாள்? வாழ்வுக்கல்லவா உதவி கோருகிறாள்'

'அதற்கு என்னுடைய வறுமை இடங்கொடுத்துத் தொலைந்தால் தானே?'

'பொய்; வறுமை நீ வாழ இடங்கொடுக்கும் போது அவள் வாழவும் இடங்கொடுக்கும்.'

'வாழ இடங்கொடுக்காது; சாகத்தான் இடங்கொடுக்கும்!'

'வறுமையின் பெயரால் சாவதற்கு அவன் தயாராயிருக்கிறாள்; பெண்களுக்கு மட்டும் பிரத்தியேகமாக வற்புறுத்தப்படும் கற்பின் பெயரால் சாகத்தான் அவள் தயாராயில்லை!'

'சமூகம் அவளுடைய விருப்பத்துக்கு விரோதமாயிருக்கிறதே!'

'சமூகம்!- அப்படி ஒன்று தனியாக இருக்கிறதா, என்ன? - உன்னைப் போன்ற கோழைகள் பலர் சேர்ந்ததுதானே சமூகம்? - உங்களுடைய சுயநலத்தின் காரணமாக நீங்கள் எத்தனையோ இளம் பெண்களைக் கற்பின் பெயரால் சமூகத்துக்குப் பலி கொடுத்துவிட்டீர்கள் அதேமாதிரி அவளும் பலியாக வேண்டுமென்று நீ விரும்புகிறாய்! அதை மறைப்பதற்காகக் கடவுள் பேரிலும் வறுமையின் பேரிலும் பழியைப் போடுகிறாய்!'

'ஐயோ, இது என்ன? அப்படியானால் நான் நல்லவன் இல்லையா?'

'இல்லை, நயவஞ்சகன்!'

'நயவஞ்சகன் நயவஞ்சகன்! நயவஞ்சகன்...!'

கனகலிங்கம் 'சட்'டென்று எழுந்து உட்கார்ந்து தன் காதுகளை இரு கைகளாலும் பொத்திக் கொண்டான். அவனால் நெடுநேரம் அப்படியே உட்கார்ந்து கொண்டிருக்க முடியவில்லை; எழுந்து சென்று விளக்கைப் போட்டுவிட்டு அப்படியும் இப்படியுமாகச் சிறிது நேரம் உலாவினான். 'கலகல' வென்ற சிரிப்பொலி எங்கிருந்தோ வந்து அவன் காதில் விழுந்தது. சுற்றுமுற்றும் பார்த்தான்; யாரையும் காணவில்லை. 'எல்லாம் வெறும் பிரமை' என்று முணுமுணுத்துக் கொண்டே விளக்கை அணைத்துவிட்டு மீண்டும் படுத்தான். அகல்யாவின் கவர்ச்சி மிகுந்த உருவெளித் தோற்றம் அவனுடைய நினைவில் அடிக்கடி தோன்றி மறைந்தது

~

# 13

"கடைசியில் 'என்ன இருந்தாலும் பெண் பெண்தான்' என்பதை நீ காட்டிவிட்டாயே?" — கணவன்

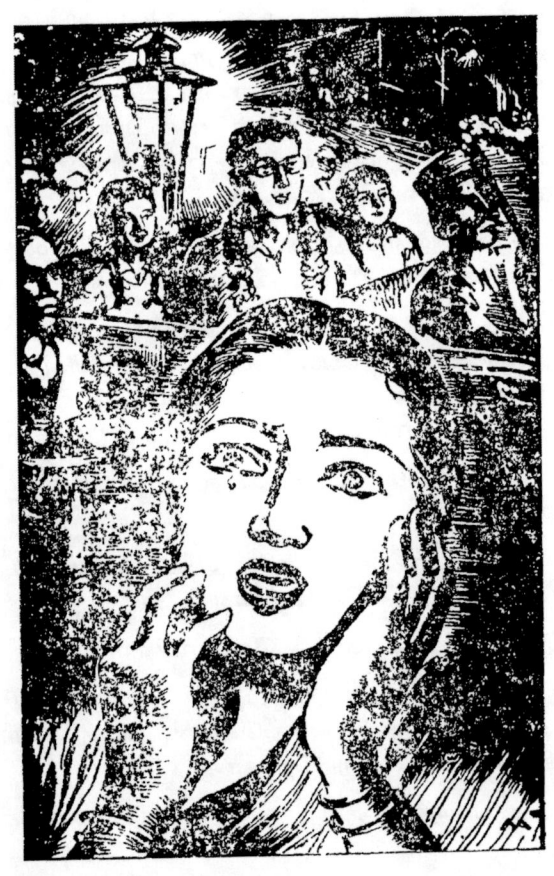

"நீங்களும்தான் 'என்ன இருந்தாலும் ஆண் ஆண்தான்' என்பதைக் காட்டிவிட்டீர்கள்!" - மனைவி

நெடுநாட்களுக்குப் பிறகு அன்று சந்தித்த சியாமளாவும் அகல்யாவும் சாப்பிட்டு முடிந்ததும் நிம்மதியாக உட்கார்ந்து நேரம் போவதே தெரியாமல் பேசிக் கொண்டிருந்தனர் மணிவண்ணனுக்குத் தன்னைத் தனியாக விட்டுவிட்டு அவர்கள் இருவரும் பேசிக்கொண்டிருந்தது பிடிக்கவில்லை எனவே, அவன் கைக்கடிகாரத்தை அடிக்கடி பார்ப்பதும், புருவங்களை உயர்த்தி அவர்களைப் பார்த்துத் தனக்குள் ஏதோ முணுமுணுப்பதுமாக உட்கார்ந்து கொண்டிருந்தான்.

திடீரென்று என்ன தோன்றிற்றோ என்னமோ அவன் 'திடுதிடு' வென்று எழுந்து வாசலுக்குச் சென்று வானத்தைப் பார்த்தான். 'என்னமோ ஏதோ' என்று எண்ணிச் சியாமளா, அகல்யாவுடன் அவனைப் பின்தொடர்ந்து வந்து, "என்ன பார்க்கிறீர்கள்" என்று பரபரப்புடன் கேட்டாள் "ஒன்றுமில்லை. வானத்திலிருந்து நட்சத்திரங்கள் விழுகின்றனவா என்று பார்க்கிறேன்" என்று அவன் அவர்களைப் பார்த்தும் பார்க்காதவன் போல் சொன்னான்.

"வானத்திலிருந்தாவது, நட்சத்திரங்கள் விழுவதாவது!- உங்களுக்கென்ன, பைத்தியமா பிடித்திருக்கிறது?"

"எனக்குப் பைத்தியம் பிடிக்கவில்லை, தமிழ்க் கவிஞர் ஒருவர், 'பெண்ணிருவர் பேசில் விழும் வான் மீன்கள்' என்று பாடியிருக்கிறாரே, அவருடைய வாக்கு பலிக்கிறதா என்று பார்க்கிறேன்" என்றான் அவன்.

"ஆணிருவர் பேசில் அலைகடலும் ஓயுமோ!" என்றாள் அவள் பதிலுக்கு.

அகல்யா சிரித்துக் கொண்டே அவள் கையைப் பிடித்து இழுத்துக் கொண்டு உள்ளே வந்தாள்.

மீண்டும் இருவரும் பேசத் தொடங்கினார்.

சிறிது நேரத்துக்குப் பிறகு சமையற்காரன் இரண்டு 'சோடா பாட்டில்'களை வாங்கிக் கொண்டு வந்து அவாகளுக்கு முன்னால் 'புஸ்ஸஸ' என்று திறந்தான்

"சோடா யாருக்கு" என்று ஒன்றும் புரியாமல் கேட்டாள் சியாமளா.

"உங்களுக்குத்தான்!" என்றான் அவன்.

"எதற்காம்?"

"தொண்டை வறண்டு போகாமலிருப்பதற்காக ஐயா கொடுக்கச் சொன்னார்" என்றான் அவன்.

"சரி, 'ரொம்ப தாங்ஸ்' என்று சொல்லு!" என்று ஒன்றை வாங்கி அகல்யாவிடம் கொடுத்துவிட்டு, இன்னொன்றை வாங்கிச் சியாமளா சாப்பிட்டு வைத்தாள்.

கொஞ்ச நேரத்துக்குப் பிறகு இரண்டு நாய்கள் ஒன்றை யொன்று பார்த்து வெகுண்டு, "உர்ர்ர் வள், வள்" என்று உச்ச ஸ்தாயியில் குரைக்கும் சத்தம் கேட்கவே சியாமளா வெளியே வந்து பார்த்தாள் மணிவண்ணன் கர்ம சிரத்தையோடு எதிர் வீட்டு நாயை அவிழ்த்துக் கொண்டு வந்து, தன் வீட்டு நாயுடன் மோதவிட்டுக் கொண்டிருந்தான் இந்தக் காட்சியைக் கண்டதும் பொங்கிவந்த சிரிப்பைச் சிரமப்பட்டு அடக்கிக் கொண்டு, "ரொம்ப அழகாய்த்தான இருக்கிறது உங்களுக்கு வேற வேலையொன்றும் இல்லையா? - இதற்குத்தானா இன்று 'லீவ்' எடுத்துக்கொண்டுவிட்டீர்கள் என்று எரிந்து விழுந்தாள்.

வேலையிருந்தால் நான் இப்படி நேரம் போவதே தெரியாமல் பேசிக் கொண்டிருப்பேனா?" என்றான்.

"சரி, எப்படியாவது எங்களைப் பேசவிடாமல் தடுக்க வேண்டும் என்பது தானே உங்களுடைய எண்ணம்? - இருக்கட்டும்; நாங்கள் 'பீச்சுக்காவது போய்த் தொலைகிறோம் - நீங்கள் நிம்மதியாக இருங்கள்" என்று சொல்லிவிட்டு, "டிரைவர், காரைக் கொண்டு வா!" என்று அவள் உத்தரவிட்டாள்.

"நான் வரவேண்டாமா?" என்றான் அவன்.

"வேண்டாம்."

"ஏன், இரகசியம் பேசப் போகிறீர்களா?"

"ஆமாம்."

"பெண்களைவிட ஆண்கள் இரகசியத்தைக் காப்பாற்றுவதில் கவனமாயிருப்பார்கள்."

"இருந்தால் இருந்துவிட்டுப் போகட்டும்" என்று சொல்லிவிட்டு அகல்யாவுடன் கிளம்பினாள்.

"சரி, போய்த் தொலையுங்கள்" என்று ஆசீர்வதித்து விட்டு, "டேய், சம்பு சீட்டுக் கச்சேரிக்கு ஆட்களைத் தயார் பண்ணுடா" என்று மணிவண்ணன் சமையற்காரனை விரட்டினான்

* * *

ஏதையும் ஒளிக்கக்கூடாது. எல்லாவற்றையும் சொல்லிவிட வேண்டும்' என்று வரும் போது தீர்மானித்துக் கொண்டு வந்த அகல்யா, வந்த பிறகு சியாமளாவிடம் சொல்லவில்லை, சொல்வதற்கு வேண்டிய தைரியமும் அவளுக்கு ஏனோ வரவில்லை ஆரம்பத்தில், "சௌக்கியந்தானே?" என்று சம்பிரதாயத்தையொட்டி அவள் விசாரித்தபோது "சௌக்கியந்தான்!" என்று அகல்யா ஒரே வார்த்தையில் பதில் சொல்லிவிட்டாள் அது மட்டுமல்ல; "அவரையும் அழைத்துக்கொண்டு வருவது தானே?" என்று அவள் மேற்கொண்டு கேட்டதற்கு, "அவர் ஏதோ வேலையாகப் பம்பாய்க்குப் போயிருக்கிறார்; வருவதற்கு ஒரு வாரமாவது ஆகும் என்றார் எனக்கு வீட்டில் தனியாக இருக்கப் பிடிக்கவில்லை; அதனால் தான் உன்னைத் தேடிக்கொண்டு வந்துவிட்டேன்" என்று வேறு சொல்லித் தப்பித்துக் கொண்டுவிட்டாள்

இவ்வாறு சொல்லிவிட்ட பிறகுதான் கனகலிங்கத்தைப் பற்றிய ஞாபகம் அகல்யாவுக்கு வந்தது. 'ஒரு வேளை அவர் நம்மைக் காணாமல் என்ன பாடுபட்டுக் கொண்டிருப்பாரோ!' என்று ஒருகணம் எண்ணி அவள் வருந்தினாள் மறுகணம், 'நம்மைக் காணவில்லை என்பதற்காக அவர் ஒருவேளை சந்தோஷப்பட்டாலும் பட்டிருப்பார்!' என்று எண்ணி அவள் ஆறுதல் அடைந்தாள்.

இப்பொழுது கடற்கரை நெருங்க, நெருங்க அவளுக்கு இந்திரனைப் பற்றிய ஞாபகம் வந்தது. 'அவன் நம்மை அழைத்துக் கொண்டு எத்தனை முறை இங்கே வந்திருக்கிறான்? என்னவெல்லாம் பேசியிருக்கிறான்? எப்படி எப்படியெல்லாம் நம்முடன் விளையாடியிருக்கிறான்? - எல்லாவற்றையும் ஒரு நொடியில் மறந்துவிட்டு அந்தப் பாவி போயே போய்விட்டானே!' என்று எண்ணி அவள் நெட்டுயிர்த்தாள்.

அடுத்தாற்போல் தசரதகுமாரனின் ஏக்கம் நிறைந்த முகம் அவள் மனக்கண்ணில் வந்து உதித்தது பாவம் அவர் எத்தனை முறை இங்கு வந்து நம்மைச் சுற்றிச் சுற்றி வந்திருக்கிறார்!- அவரிடம் இப்பொழுது கொள்ளும் அனுதாபத்தை நாம்

அப்பொழுது கொள்ளவில்லையே. 'அவர் எவ்வளவுக்கெவ்வளவு நம்மை நெருங்க அஞ்சினாரோ, அவ்வளவுக்கவ்வளவு நாம் அவரைக் கண்டபோதெல்லாம் சிரித்துத் தொலைத்தோமோ!' என்று எண்ணி, அவள் உள்ளம் புழுங்கினாள்

இந்தச் சமயத்தில், "கோட்டையைப் பிடித்தது போதும், இறங்குடி அம்மா, இறங்கு" என்று யாரோ சொல்வது போலிருக்கவே, அகல்யா திடுக்கிட்டுத் திரும்பிப் பார்த்தாள் கார் மெரீனா கடற்கரையருகே நின்றிருந்தது; சியாமளா கீழே இறங்கியிருந்தாள்.

அவ்வளவுதான்; "இதோ, இறங்கிவிட்டேன் மகளே இறங்கிவிட்டேன்!" என்று சொல்லிச் சிரித்துக்கொண்டே, அகல்யா பரபரப்புடன் கீழே இறங்கினாள் இருவரும் கைகோத்த வண்ணம் 'அன்ன நடை'க்குப் பதிலாக யானை நடை நடந்து சென்றார்கள்.

"இந்த மணலுக்கு மட்டும் வாய் இருந்தால் எத்தனை காதல் கதைகள் சொல்லும், தெரியுமா?" என்றாள் அகல்யா.

"ஆமாம், உன்னைப்போல் எத்தனையோ காதல் பைத்தியங்களை இந்த மணல் பார்த்திருக்குமல்லவா?" என்றாள் சியாமளா சிரித்துக்கொண்டே.

"போடி, எனக்கு எல்லாம் தெரியும்" என்று அகல்யா, அலைகளுக்கு இடையே சியாமளாவைப் பிடித்துத் தள்ளினாள்.

"சரி, வாடி! எனக்கும் எல்லாம் தெரியும்" என்று சியாமளா, அகல்யாவின் கையைக் கெட்டியாகப் பிடித்துக்கொண்டு அலைகளுக்கு இடையே நின்றாள்.

"நான் மணிவண்ணன் இல்லைடி, மணிவண்ணன் இல்லை!" என்று அகல்யா, சியாமளாவைக் கிள்ளினாள்.

"நானும் இந்திரன் இல்லைடி, இந்திரன் இல்லை!" என்று சியாமளா, அகல்யாவைக் கிள்ளினாள்.

இம்மாதிரி, கரையோரத்தில் நின்று இருவரும் கொஞ்சநேரம் அலைகளுடன் விளையாடிக் கொண்டிருந்துவிட்டு, ஒரு படகின் மறைவில் உட்கார்ந்தார்கள்.

அப்பொழுது கடலில் குளித்துவிட்டு நிலவு மேலே மேலே வந்து கொண்டிருந்தது. அந்த அற்புதமான காட்சியை அகல்யாவும் சியாமளாவும் பார்த்து அனுபவித்துக்

கொண்டிருந்தபோது, யாரோ ஒருவன் வேட்டை நாயைப் போல இரைக்க வந்து, அவர்களை உற்று உற்றுப் பார்த்தான்.

"என்ன பார்க்கிறீர்கள்? - நாங்கள் காதலர்களென்றா? இல்லை, இல்லை நானும் பெண்தான்; இவளும் பெண்தான்" என்றாள் சியாமளா.

"நன்றாய்ச் சொன்னாய்!- ஊருக்குப் பயந்து, உற்றாருக்குப் பயந்து, சிறிது நேரம் இங்கேயாவது நிம்மதியாயிருக்கலாம் என்று வரும் காதலர்களைப் படாதபாடு படுத்துவதே இவர்களுடைய வேலையாய்ப் போய்விட்டது" என்றாள் அகல்யா வெறுப்புடன்.

அந்த ஆசாமி அப்புறம் அவர்களைத் திரும்பிக் கூடப் பார்க்கவில்லை; வெட்கித் தலை குனிந்தபடி 'விறுவிறு' வென்று அப்பால் சென்றுவிட்டான்.

இருவரும் 'கொல்'லென்று சிரித்தார்கள்!

சியாமளா, 'நீ இங்கே வந்த பிறகு உன் அப்பாவைப் பார்த்தாயோ?" என்று எதையோ நினைத்துக் கொண்டவள்போல் அகல்யாவை நோக்கிக் கேட்டாள்.

"இல்லை - அவர் இங்கே இருக்கிறாரா என்ன நான் அவரைப் பார்ப்பதற்கு" என்றாள் அகல்யா

"உனக்கு விஷயம் தெரியாதா? அவர் இங்கே வந்து விட்டார் நான் இருக்கும் தெருவுக்கு அடுத்த தெருவில்தான் இருக்கிறார்" என்றாள் சியாமளா.

அகல்யாவுக்கு தூக்கிவாரிப் போட்டது "உண்மையாகவா சொல்கிறாய்!" என்று வியப்புடன் கேட்டாள்

"ஆமாம், ஒரு வாரத்துக்கு முன்னால் அவரை நான் சந்தித்து உன்னைப் பற்றி விசாரித்தேன். நீ இறந்துவிட்டதாகவும், அதற்குப் பிறகு ஊரில் இருக்கத் தமக்குப் பிடிக்காமற் போய்விட்டதாகவும் அவர் என்னிடம் சொன்னார் எனக்கு விஷயம் புரிந்துவிட்டது பதிலுக்கு ஒன்றும் சொல்லாமல் வந்து விட்டேன்!" என்றாள் சியாமளா.

இதைச் சொல்லிவிட்டு அவள் அகல்யாவின் முகத்தைச் சந்தேகக் கண்களோடு பார்த்தாள் அவள் எதிர்பார்த்தபடி அவளுடைய கண்களிலிருந்து நீர் 'பொல பொல'வென்று உதிர்ந்து கொண்டிருந்தது அவ்வளவுதான், "சரி, சரி! வா,

போவோம்!" என்று அவள் கரத்தைப் பிடித்துக் கரகரவென்று இழுத்துக்கொண்டு வந்து சியாமளா காரில் உட்கார வைத்தாள்.

வழியில் இருவரும் ஒன்றும் பேசவில்லை அவர்கள் வீட்டை அடைந்தபோது மணிவண்ணன் ரேடியோவைத் திருப்பி அன்றையச் செய்தியைக் கேட்டுக் கொண்டிருந்தான்.

"ஏற்கெனவே ரொம்ப சுறுசுறுப்பு, இந்த ரேடியோக்காரர்கள் வேறு அன்றாடச் செய்தியைச் சொல்லி உங்களைப் போன்றவர்களுக்குப் பத்திரிகை படிக்கும் அவசியம் கூட இல்லாமற் செய்துவிடுகிறார்கள்!" என்று சொல்லிக்கொண்டே, சியாமளா உள்ளே நுழைந்தாள்.

"அப்படியானால் நீ என்னைச் சோம்பேறி என்று சொல்கிறாயா?" என்றான் மணிவண்ணன்.

"இல்லாமல் என்ன..?"

"ரொம்ப சந்தோஷம்; சோம்பேறித்தனத்தில் தான் சுகமும் இருக்கிறது."

"ஆமாம், ஆமாம் அதனால் தான் ஊரில் சாமியார்களின் கூட்டம் கூட வரவர அதிகமாகிக் கொண்டே போகிறது!"

"அப்படியானால் ஊரிலுள்ள சாமியார்களெல்லாம் சோம்பேறிப் பயல்கள் என்றா நீ நினைக்கிறாய்?- அடபாவமே! அவர்கள் மோட்சத்துக்கு வழி காட்டுபவர்களாயிற்றே."

"மோட்சத்துக்கு யாராவது வழி காட்ட வேண்டுமா என்ன? ஒரு முழக் கயிறோ, அல்லது ஒரு பாழுங் கிணறோ, அதுவுமில்லையென்றால் ஒரு சிறு துளி விஷமோ இருந்தால் போதாதா?"

"எதற்கு."

"மோட்சமடைவதற்குத்தான்"

"உனக்கு விஷயமே புரியவில்லை மோட்சமடைவதென்றால் செத்துப் போவதில்லைடி, செத்துப்போவதில்லை"

"பின் என்னவாம்?"

"கடவுளைக் கண்ணால் காண்பது...!"

"அதைத்தான் நானும் சொல்கிறேன் - கடவுளை உயிரோடிருந்தால் காண முடியாது, செத்துப் போனால்

காணமுடியும் என்று அவர்கள் சொல்கிறார்கள் அதைப் பச்சையாகச் சொன்னால் அந்தப் புண்ணியாத்மாக்களுக்கு உலகத்தில் மதிப்பும் இருக்காது, மரியாதையும் இருக்காது. அதற்காக அவர்கள் வாழ்வை மாயை என்கிறார்கள்; சாவை மோட்சம் என்கிறார்கள்!"

"நாசமாய்ப் போச்சு; உன்னைப்போல் நாலு பெண்கள் ஊரில் இருந்தால் சாமியார்கள் பிழைத்த மாதிரிதான்!" என்றான் மணிவண்ணன்.

"யார் அவர்களைப் பிழைக்க வேண்டாம் என்கிறார்கள்? பொய்யும் பித்தலாட்டமும் இல்லாமல் நாணயமாகப் பிழைக்கட்டுமே...!"

"நாணயமாகப் பிழைக்க வேண்டுமானால் கஷ்டப்பட வேண்டியிருக்கிறதே!"

"அதற்காகக் கஷ்டப்படுகிறவர்களை ஏமாற்றித் தங்கள் வயிற்றை நிரப்பிக்கொள்வதா, என்ன?"

"அது அவரவர்களுடைய திறமையைப் பொறுத்த விஷயம்" என்று மணிவண்ணன் இழுத்தான்.

"ரொம்ப அழகுதான்! உங்களுக்கு அப்படிப்பட்ட திறமை இருந்தால் நீங்களும் வேண்டுமானால் சாமியாராய்ப் போய்விடுங்களேன்!" என்று அவள் முடித்தாள்.

அவ்வுளவுதான்; "என்ன சொன்னாய்? - சாமியாராய்ப் போவதா? நானா? உன்னை விட்டுவிட்டா? - ஊஹூம், முடியாது; ஒரு நாளும் முடியாது!" என்று நாடகப் பாணியில் சொல்லிக்கொண்டே, மணிவண்ணன் அவளை நெருங்கினான்; அவள் விலகினாள்.

இருவரும் சிரித்தார்கள்; அகல்யாவும் அவர்களுடைய சிரிப்பில் கலந்து கொண்டாள்.

இம்மாதிரிப் பேச்சும் சிரிப்புமாக அன்றையப் பொழுது எப்படியோ கழிந்தது மறு நாள் மாலை மணிவண்ணன் காரியாலயத்திலிருந்து வரும்போது வழக்கத்துக்கு விரோதமாக இரண்டு முழம் கதம்பம் வாங்கிக்கொண்டு வந்தான் "ஒரு முழம் போதாதா? - இரண்டு முழங்கள் என்னத்துக்கு?" என்று சியாமளா கேட்டாள்.

"உன் சிநேகிதிக்கு வேண்டாமா?" என்றான் அவன்.

"ஓஹோ" என்று அவள் தன் விழிகளை உயர்த்தி அவனை ஒரு தினுசாகப் பார்த்தாள்; அவனும் பதிலுக்கு அவளை ஒரு தினுசாகப் பார்த்து வைத்தான்.

அவ்வளவுதான்; அடுத்த நாள் முதல் அந்த வீட்டிலிருந்த கலகலப்பு அடங்கிவிட்டது மணிவண்ணன் அதைப் பொருட்படுத்தவில்லை, அன்றிலிருந்து எதை வாங்கிக்கொண்டு வந்தாலும் அவன் இரண்டிரண்டு வாங்கிக்கொண்டு வந்தான். சியாமளாவுக்கு இது பிடிக்கவில்லை, அவள் என்ன சொல்வது, என்ன செய்வது என்று தெரியாமல் விழித்தாள் ஆனால், அதற்காகத் தன்னுடைய வெறுப்பை அவள் வெளியே காட்டிக் கொள்ள விரும்பவில்லை; ஏனெனில் அவள் படித்த பெண்ணாயிருந்தாள் இல்லையென்றால், பெண்கள் எவ்வளவுக்கெவ்வளவு சீக்கிரம் சிநேகம் செய்து கொள்கிறார்களோ, அவ்வளவுக்கவ்வளவு சீக்கிரம் சண்டையும் போட்டுக் கொள்வார்கள்' என்பதை அவள் நிரூபித்திருக்க மாட்டாளா?

அந்த வீட்டில் ஏற்பட்ட இந்த மாறுதலை அகல்யா உணர்ந்தும் உணராதவள் போலவே இருந்தாள் - உணர்ந்து என்ன செய்வது? எங்கே போவது? - பாவம் அவளுக்கு ஒன்றும் புரியவில்லை.

* * *

இப்படியே நாலைந்து நாட்கள் கழிந்தன மணிவண்ணன் ஒரு நாள் மாலை வரும்போது தன் நண்பன் ஒருவனையும் அழைத்துக்கொண்டு வந்தான் அந்த நண்பன் தன்னுடைய பள்ளித் தோழனென்றும், ஏதோ வியாபார விஷயமாகச் சென்னைக்கு வந்திருக்கிறானென்றும், திரும்பிச் செல்ல இரண்டு நாட்களாவது ஆகுமென்றும் அவன் தன் மனைவியிடம் சொன்னான்.

இதைக் கேட்டதும் சியாமளாவின் உள்ளத்தில் 'பளிச்' சென்று ஒரு யோசனை உதித்தது அதன்படி மறு நாள் காலை எழுந்ததும் அவள் அவசர அவசரமாக இரண்டு கைக் குட்டைகளைத் தயார் செய்வதில் முனைந்தாள் அவற்றில் தன்னுடைய பெயரையும் வர்ண விசித்திரமான நூல்களைக் கொண்டு பொறித்தாள்

அன்று மாலை மணிவண்ணன் தன்னுடைய நண்பனுடன் உட்கார்ந்து பேசிக்கொண்டிருந்தபோது, சியாமளா அந்தக் கைக் குட்டைகளோடு விஷமத்தனத்துடன் சிரித்துக் கொண்டே அவனை நெருங்கினாள்.

"என்ன?" என்று கேட்டான் அவன்.

"ஒன்றுமில்லை - இந்தாருங்கள், இதை என் ஞாபகார்த்தமாக வைத்துக் கொள்ளுங்கள்" என்று அவனிடம் ஒரு கைக்குட்டையைக் கொடுத்து விட்டு, இன்னொன்றை அவனுடைய நண்பனிடம் கொடுத்தாள்.

மணிவண்ணனுக்கு இது பிடிக்கவில்லை, ஓஹோ!' என்று அவன் தன் விழிகளை உயர்த்தி அவளை ஒரு தினுசாகப் பார்த்தான், அவளும் பதிலுக்கு அவனை ஒரு தினுசாக பார்த்து வைத்தாள்.

இருவரும் சிரித்தார்கள்.

மணிவண்ணனுடைய நண்பனுக்கு விஷயம் புரியவில்லை; அவன் அவர்களை வியப்புடன் பார்த்தான்.

ஆனால், அகல்யாவுக்கு விஷயம் புரிந்துவிட்டது அவள் அதற்காகச் சியாமளாவை நொந்து கொள்ளவில்லை, தன்னைத் தானே நொந்து கொண்டாள் அதுமட்டுமல்ல; சியாமளாவைவிடக் கனகலிங்கம் எவ்வளவோ மேல் என்ற தீர்மானத்துக்கும் அவள் உடனே வந்துவிட்டாள்.

அதற்குப் பிறகு அங்கே இருக்க அவளுக்குப் பிடிக்குமா? இருந்தால் தான் சியாமளா அவளை இருக்க விடுவாளா? - விஷயம் ரஸாபாஸமாகப் போவதற்குள் தானே அந்த வீட்டைவிட்டு வெளியேறிவிடுவது நல்லதென்று தோன்றிற்று அவளுக்கு. அன்றிரவே சியாமளாவிடம் விடைபெற்றுக்கொண்டு அவள் கிளம்பினாள் "என்னை மறந்து விடாதே. அகல்யா! அடிக்கடி இங்கே வந்து போய்க் கொண்டிரு!" என்று சியாமளா அவளை வழியனுப்பும்போது சொன்னாள்

"உன்னையா! இனிமேலா!- நான் மறக்க மாட்டேன், சியாமளா!" என்று சொல்லிவிட்டு, அகல்யா நடையைக் கட்டினாள் அப்படி நடக்கும் போது. இப்பொழுதெல்லாம் இந்த உலகத்தில் மனிதர்கள் எவ்வளவு அழகாக நடிக்கக் கற்றுக் கொண்டு விட்டார்கள் என்று எண்ணி அவள் வியந்தாள்.

அகல்யாவின் தலை மறையும் வரை அவளையே பார்த்துக்கொண்டிருந்துவிட்டுச் சியாமளா திரும்பினாள். "கடைசியில் என்ன இருந்தாலும் 'பெண் பெண்தான்!' என்பதை நீ காட்டிவிட்டாயே?" என்றான் மணிவண்ணன்.

"நீங்களும் 'என்ன இருந்தாலும் ஆண் ஆண்தான்!' என்பதைக் காட்டி விட்டீர்கள்!" என்றாள் சியாமளா, தலையை ஒரு வெட்டு வெட்டிக்கொண்டே.

* * *

இனி என்ன சொன்னாலும் சரி, என்ன செய்தாலும் சரி, அவர்தான் நமக்குக் கதி! என்று துணிந்து கனகலிங்கத்தின் அறையை நோக்கி நடந்தாள்.

வழியில் நாதஸ்வரமும் கொட்டு மேளமும் பாண்டுவாத்தியங்களும் முழங்க, 'காஸ்லைட்'டுகள் கண்ணைப்பறிக்க, மணமகன் ஊர்வலமொன்று குறுக்கிட்டது. அகல்யா அந்த ஊர்வலத்துக்கு அருகே செல்லும் போது. யதேச்சையாகக் காரில் உட்கார்ந்திருந்த மாப்பிள்ளையைப் பார்த்தாள்.

ஐயோ, இது என்ன? - காரில் மாலையுடன் உட்கார்ந்திருப்பவன் அந்தக் கிராதகன் போலிருக்கிறதே!'

அகல்யாவால் தன் கண்களை நம்ப முடியவில்லை; இன்னொரு முறை அவற்றைக் கசக்கி விட்டுக்கொண்டு அவள் பார்த்தாள். ஆம், சந்தேகமே இல்லை - இந்திரன்தான் மணமகன் கோலத்தில் அங்கே உட்கார்ந்து கொண்டிருந்தான்!

அவ்வளவுதான்! அவள் விழிகள் பிதுங்கின; தலை 'கிறுகிறு'வென்று சுற்றியது. பூமி தன்னை விழுங்குவது போலவும், ஆகாயம் அதற்கு இடங்கொடாமல் தன்னை அந்தரத்தில் தூக்கிக்கொண்டு செல்வது போலவும் அவள் ஒருகணம் பிரமையடைந்தாள். மறுகணம் தன்னைச் சமாளித்துக் கொண்டு அவள் அவனை வைத்த கண் வாங்காமல் பார்த்தாள்.

'அட, மோசக்காரா! உனக்கு மண ஊர்வலம் ஒரு கேடா? - அதைவிட உன்னுடைய பிண ஊர்வலத்தைக் கண்டிருந்தால் என் கண்கள் குளிர்ந்திருக்குமே...!'

அகல்யாவால் அந்தக் காட்சியை அதற்கு மேல் பார்க்க முடியவில்லை. அவள் இரு கண்களையும் கைகளால்

பொத்திக்கொண்டு, குமுறி வரும் துக்கத்தை அடக்க முடியாமல் விக்கி விக்கி அழுதாள்.

அதற்குள் ஊர்வலம் அவளைக் கடந்து வெகு தூரம் சென்றுவிட்டது ஆயினும் அந்தப் பாண்டின்மேல் அடிக்கும் ஒவ்வொரு அடியும் அவள் தலைமேல் 'தண், தண்' என்று அடிப்பது போலிருந்தது. அந்த அதிர்ச்சியைத் தாங்க முடியாமல் ஆத்திரம் பற்றிக்கொண்டு வந்தது அவளுக்கு ஓடோடியும் சென்று அவன் மென்னியைப் பிடித்துத் திருகிக் கொன்றுவிடலாமா என்று அவள் நினைத்தாள் ஆனால் தமிழ் நாட்டுப் பெண்களுக்கே உரித்தான சகிப்புத் தன்மையும் பெருந்தன்மையும் அதற்குக் குறுக்கே வந்து நின்று தொலைத்தன.

'சீசீ! எவ்வளவு பயங்கரமான யோசனை!- நம்மால் ஒரு பாவமும் அறியாத அந்த மணமகளின் வாழ்க்கை ஏன் பாழாக வேண்டும்? - அவள் வாழட்டும்; அவளுக்காக அந்தத் துரோகியும் வாழட்டும்!'

'உம், அவன் வாழாமலென்ன? - அவன்தான் எமனுக்குப் பிரதிநிதியாக வந்து இந்த உலகத்தில் பிறந்திருக்கிறானே சமூகம் காளியென்றால் அவன் பூசாரியாக வந்து வாய்த்திருக்கிறானே! அந்தச் சண்டாளன் இன்னும் எத்தனை பெண்களின் கற்பைச் சூறையாடப்போகிறானோ? அவர்களில் எத்தனை பேரை எமலோகத்துக்கு அனுப்பப் போகிறானோ? எத்தனை பேரை சமூகமென்னும் பயங்கரக் காளிக்குப் பலி கொடுக்கப்போகிறானோ?'

'ஐயோ, பாவம்; தன்னையும் தன் உயிரையும் அந்தக் குப்பைமேட்டு நாயிடம் ஒப்படைக்கப் போகும் அவளுடைய கதி? அட, கடவுளே! நான் கெட்டாலும் சரி; அல்லது செத்தாலும் சரி, அவளையாவது அவன் என்னைக் கைவிட்டது போல் கைவிடாமல் இருக்கட்டும்!'

இந்த முடிவுக்கு வந்ததும் அவள் அங்கே நிற்கவில்லை: 'மடமட'வென்று நடந்தாள் அப்படி நடக்கும் போது 'யார் கைவிட்டாலும் அவர் நம்மைக் கைவிடமாட்டார்!' என்னும் நம்பிக்கை அவளுடைய இதய அந்தரங்கத்தில் மேலோங்கி நின்றது.

~

# 14

"பணக்காரர்கள் சட்டத்தின் அனுமதியுடன் திருடினால் ஏழைகள் சட்டத்தின் அனுமதியில்லாமல் திருடுகிறார்கள்......"
— கனகலிங்கம்

சென்னையில் மதுவிலக்கு அமுலுக்கு வந்த பிறகு ஆங்கில மருந்துக் கடைகளில் வியாபாரம் மும்முரமாக நடக்க ஆரம்பித்தது. ஏனெனில், மதுவரக்கன் பல பெயர்களுடன் அவதாரம் எடுத்து அங்கே வந்து சேர்ந்திருந்தான். இதன் காரணமாகப் பலர் மதுக் கடைகளுக்குப் பதிலாக மருந்துக் கடைகளை அங்கங்கே திறந்து வைத்தனர். அவற்றில் ஒன்றில் தான் கனகலிங்கத்துக்கு வேலை கிடைத்தது. மாதம் அறுபது ரூபாய் சம்பளம்.

வேலையைக் காலையில் ஏற்றுக் கொள்ளும் போது கனகலிங்கம் உற்சாகமாய்த்தான் இருந்தான். ஆனால் அந்த உற்சாகம் அன்று மாலை வரைகூட நீடிக்கவில்லை.

மறுநாள் காலை, "ஏண்டா நீ வேலைக்கு வரவில்லையா?" என்று கேட்டுக் கொண்டே, வழக்கம் போல் அவன் அறைக்கு வந்தான் ராதாமணி.

"இல்லை" என்றான் அவன்.

"ஏன்?"

"எனக்கு அந்த AC வேலை பிடிக்கவில்லை...."

"இது என்ன கூத்து! ஏன் பிடிக்கவில்லை?" என்று கேட்டுக்கொண்டே; அவன் தோளைக் குலுக்கினான் ராதாமணி.

"அங்கே மருந்தா. விற்கச் சொல்கிறார்கள்?- மது வல்லவா விற்கச் சொல்கிறார்கள்?"

"எதை விற்கச் சொன்னால் என்ன?- உனக்கு மாதம் பிறந்தால் சுளை சுளையாக அறுபது ரூபாய் கிடைக்குமோ, இல்லையோ?- புத்தகக் கடையில் மாதம் முப்பது ரூபாய்க்கு 'லாட்டரி' அடித்துக் கொண்டிருந்ததைவிட இது எவ்வளவோ மேலல்லவா?"

"இருந்தாலும் எனக்கு அங்கே ஆத்ம திருப்தி இருந்தது; இங்கே அது இல்லை.......!"

"ஆத்மாவாவது, திருப்தியாவது!- பணத்தைப் பாருடா பணத்தை......!'

"பணம் திருடினால் கிடைக்கிறது. விபசாரம் செய்தால் கிடைக்கிறது. அதற்காக அந்தத் தொழில்களை மேற்கொண்டு விடுவதா, என்ன?... போடா, போ!"

"நீ இப்படியெல்லாம் பேசிக்கொண்டிருந்தால் பிழைத்த மாதிரிதான்......."

"பிழைக்காவிட்டால் செத்துத்தானே போகப் போகிறேன்?- போனாற் போகிறேன். மனத்துக்குப் பிடிக்காத தொழிலைச் செய்து பிழைப்பதைவிடச் செத்துப் போவது எவ்வளவோ மேல்!"

இதற்குப் பிறகு ராதாமணி அவனிடம் ஒன்றும் சொல்லவில்லை," மூர்க்கனும் முதலையும் கொண்டதை விடா என்று பெரியோர் தெரியாமலா சொல்லியிருக்கிறார்கள்?" என்று முணுமுணுத்துக் கொண்டே அவன் கீழே இறங்கிச் சென்றுவிட்டான்.

அவன் சென்றதும் கனகலிங்கம் சாவகாசமாகக் காலைக் கடன்களை முடித்துக் கொண்டு வெளியே கிளம்பினான். அப்போது பாகிஸ்தானுக்குச் சென்றிருந்த வீட்டுக்காரச் சாயபு காரிலிருந்து இறங்கி, உள்ளே நுழைந்து கொண்டிருந்தார். அவரைக் கண்டதும், "வாருங்கள், வாருங்கள், நானும் உங்களைத்தான் எதிர்பார்த்துக் கொண்டிருந்தேன்!" என்று சொல்லிக் கொண்டே, ராதாமணி கொண்டு வந்து கொடுத்த இருபது ரூபாயை எடுத்து அவரிடம் கொடுத்துவிட்டு, "உங்களுக்கு இரண்டு மாத வாடகைப் பணம் சேரவேண்டு மல்லவா?- அதுதான் இது!"

"அச்சா!" என்று சொல்லிக்கொண்டே. அந்தப் பணத்தை வாங்கிச் சட்டைப் பையில் போட்டுக்கொண்டார் சாயபு.

"பஹுத் அச்சா!" என்று கனகலிங்கம் பதிலுக்குச் சிரித்துக் கொண்டே சொல்லிவிட்டு, "உங்களால் ஒரு காரியம் ஆக வேண்டும். உங்களுக்கு யாராவது ஒரு பெரிய மனிதரைத் தெரியுமா?" என்று வினயத்துடன் கேட்டான்.

"ஓ தெரியுமே!- உங்களுக்கு என்ன காரியம் ஆகவேணும்?"

"ஒரு பெண்ணை எப்படியாவது ஸேவாஸ்தனத்தில் சேர்த்துவிட வேண்டும். அதற்கு யாராவது ஒரு பெரிய மனிதர் சிபார்சு செய்தால் தேவலை..."

"ஸேவாஸ்தனத்தில் அனாதைகள், ஆதரவற்றவர் களைத்தானே சேர்த்துக் கொள்கிறார்கள்? அதற்குச் சிபார்சு வேண்டுமா, என்ன?"

"ஆமாம், சிபார்சு வேண்டியிருப்பதால்தான் கேட்கிறேன்.."

"அனாதைகள் எங்கிருந்தாலும் அவர்களைத் தேடிச்சென்று கொண்டு வந்தல்லவா ஆசிரமத்தில் சேர்த்துக்கொள்ள வேண்டும்?- அவர்களுக்குச் சிபார்சு வேண்டுமென்றால் அந்த ஆசிரமம் இருப்பதும் ஒன்றுதான்; இல்லாமலிருப்பதும் ஒன்றுதான்!"

"என்ன செய்வது?- சாகக் கிடக்கும் நோயாளிகளை சர்க்கார் ஆஸ்பத்திரியில் சேர்க்க வேண்டுமென்றாலே சிபார்சு வேண்டியிருக்கிறதே! அப்படியிருக்கும்போது அனாதை களுக்குச் சிபார்சு வேண்டியிருப்பதில் ஆச்சரியம் என்ன இருக்கிறது?"

"எனக்கு ஒன்றும் புரியவில்லை, எல்லாம் வேடிக்கையாய்த் தான் இருக்கிறது"

"இம்மாதிரி விஷயங்களில் உங்களைப் போன்றவர்களுக்கு அனுபவம் இருப்பதில்லை அதனால் தான் உங்களுக்கு எல்லாம் வேடிக்கையாயிருக்கிறது என்னைப் போன்றவர்களுக்கு இதெல்லாம் சர்வ சாதாரணமான விஷயங்கள்!" என்றான் கனகலிங்கம்.

சாய்பு சிரித்தார்.

"சமூகத்தில் சில பெரிய மனிதர்களை நாங்கள் எதற்காக மதிக்கிறோம், தெரியுமா? - சிபார்சுக்காகத்தான்! இல்லையென்றால் எங்களுக்கும் அவர்களுக்கும் சம்பந்தமே இருக்காது"

"ஒருவேளை இதற்காகவே எடுத்ததற்கெல்லாம் சிபார்சு வேண்டுமென்று அவர்கள் நினைக்கிறார்களோ, என்னமோ?" என்றார் சாய்பு மேலும் சிரித்துக்கொண்டே.

"இருந்தாலும் இருக்கும் - பார்க்கப் போனால் முதலில் எல்லா ஸ்தாபனங்களும் ஏழைகளுக்கென்று தான் ஏற்படுகின்றன. கடைசியில் என்னடாவென்றால் அவை பணக்காரர்களுக்குத்தான் பயன்படுகின்றன!" என்றான் கனகலிங்கம்.

இந்த இடத்தில் சாயபு தாமும் பணக்கார ஜாதியைச் சேர்ந்தவர் என்பதை நிரூபிக்க விரும்பியோ என்னமோ "எதற்கும்

ஒரு அந்தஸ்து வேண்டியிருக்கிறதோ, இல்லையோ.?" என்று இழுத்தார்.

"ஆமாம், ஆமாம் ஆனால் அந்த அந்தஸ்து அறிவால் வருவற்குப் பதிலாகப் பணத்தால் வருகிறது!"

"அறிவை விட்டுத் தள்ளுங்கள் ஸார். அதனால் அரைக் காசுக்கு உபயோகம் உண்டா, என்ன?"

"விட்டுத் தள்ள வேண்டியதுதான் ஆனால் அது சிலரை விடாப்பிடியாகப் பற்றிக்கொண்டிருக்கிறது!

"அது அவர்களுடைய பொல்லாத வேளை - போகட்டும்; உங்களுக்கு வேண்டியதெல்லாம் ஒரு பெண்ணை ஸேவாஸ்தனத்தில் சேர்த்துவிட வேண்டும் அவ்வளவுதானே?"

"ஆமாம்"

"அதற்கென்ன, எத்தனையோ பெரிய மனிதர்கள் எனக்குத் தெரிந்தவர்களாயிருக்கிறார்கள் - அவர்களிடம் சொல்லிச் சேர்த்துவிட்டால் போச்சு!"

"ஞாபகம் இருக்கட்டும், மறந்துவிடாதீர்கள்."

"நானாவது, மறக்கிறதாவது? - நீங்கள் போய் வாருங்கள், ஸார்!"

'அப்பாடா! அகல்யாவைப் பற்றிய கவலை விட்டது!' என்ற மகிழ்ச்சியுடன் கனகலிங்கம் நடையைக் கட்டினான்.

* * *

**நா**ள் பூராவும் வேலைக்காக எங்கெல்லாமோ அலைந்து விட்டு, அன்று மாலை 'மௌணட் ரோ'டில் 'பஸ்'ஸுக்காகக் காத்துக் கொண்டிருந்தான் கனகலிங்கம் வினாடிக்கு வினாடி ஸ்டாண்டில் கூட்டம் அதிகரித்துக்கொண்டே சென்றது 'பஸ்' வந்த தோ இல்லையோ, அத்தனை பேரும் விழுந்தடித்துக்கொண்டு ஏறினார்கள் கனகலிங்கமும் வேறு வழியின்றி அவர்களில் ஒருவனாக முண்டி யடித்துக் கொண்டு ஏறினான். எத்தனையோ பேரை ஏமாற்றிவிட்ட பெருமையுடன் 'பஸ்' உறுமிக்கொண்டு கிளம்பிற்று.

கண்டக்டர், "டிக்கெட், டிக்கெட்?" என்று கேட்டுக் கொண்டே வந்தபோது, எல்லோரையும் போலக் கனகலிங்கமும் தன் சட்டைப் பையில் கையை விட்டான்; 'பாஸை'க் காணோம்!

அவன் அடிக்கடி சட்டைப் பையைத் தொட்டுப்பார்ப்பதும், அங்குமிங்கும் பார்த்து விழிப்பதுமாக இருந்ததைக் கண்ட ஓர் அனுபவசாலி, "என்ன ஸார் பர்ஸைக் காணோமா?" என்று 'குசலம்' விசாரித்தார்.

"ஆமாம் ஸார்" என்றான் அவன்.

"கீழே இறங்கிப் பாருங்கள்" என்றார் அவர்.

அதற்குள் கண்டக்டர், "ஹோல்டான்!" என்று இரைந்துவிட்டு, "இனிமேலாவது, பர்ஸ் கிடைப்பதாவது!- இந்நேரம் கைமேல் கைமாறி எவ்வளவு தூரம் போயிருக்குமோ? இறங்குங்கள் ஸார்!- இறங்கி 'நடராஜா ஸர்வீ'ஸில் போங்கள்!" என்றான் கேலியாக.

இதைக் கேட்டதும் அங்கிருந்த ஒரு பெரியவருக்குக் கோபம் வந்துவிட்டது "மனுஷன் பர்ஸைத் தொலைத்து விட்டு அவதிப்படுகிறான், நீ இப்பொழுது போய் அவனைக் கேலி செய்கிறாயே! உங்களுக்கெல்லாம் சமய சந்தர்ப்பமே தெரியாதா?" என்று அவர் எரிந்து விழுந்தார்.

"அவன் மேல் குற்றமொன்றும் இல்லை, ஸார்! வாழ்க்கையில் அவன் அனுபவித்திருக்கும் கஷ்டம் அவனை அப்படி இரக்கமற்றவனாகச் செய்து விட்டிருக்கிறது!" என்றான் கனகலிங்கம்.

பெரியவர் அவனை வெறுப்புடன் பார்த்தார்

"போயும் போயும் நீர் அவனுக்குப் பரிந்து பேசப்போனீரே!" என்றார் அவருக்கு அருகிலிருந்தவர்.

'அது சரி, எவனிடம் பரிவு காட்ட வேண்டுமோ அவனிடம் நீங்கள் பரிவு காட்டமாட்டோம் என்கிறீர்களே? - அதற்கு நான் என்ன செய்வது?" என்று சொல்லிக் கொண்டே கனகலிங்கம் 'பஸ்'ஸை விட்டு இறங்கி, 'ஸ்டாண்'டுக்கு வந்தான். அவனைச் சபலம் விடவில்லை; மறுபடியும் அங்குமிங்கும் பார்த்தான்.

"என்ன ஸார், பார்க்கிறீர்கள்?" என்று கேட்டார் அங்கே நின்று கொண்டிருந்த ஒருவர்.

"பர்ஸைக் காணோம், அதைத்தான் பார்க்கிறேன்." என்றான் அவன்.

"எவ்வளவு ரூபாய் இருந்ததோ?"

"என்னுடைய ஸதாவர, ஜங்கமச சொத்தெல்லாம் அதில் தான் அடங்கியிருந்தது, ஸார்."

"ஐயையோ - அப்படியானால் அதன் மதிப்பு எவ்வளவு ஸார், இருக்கும்?" என்றார் அவர்.

"ஏழெட்டு ரூபாய் இருக்கும்....."

"பூ, இவ்வளவுதானா? - இருந்தாலும் விடாதீர்கள் உடனே போலீஸில் ரிப்போர்ட் எழுதி வையுங்கள்; ஒருவேளை பர்ஸ் கிடைத்தாலும் கிடைக்கும்!"

"எழுதி வைத்து என்ன ஸார், செய்வது?- அவர்கள் 'நீ திருடினது உண்மை தானா? என்று தான் அந்தத் திருடனை விசாரிக்கப் போகிறார்களே தவிர, ஏன் திருடினாய்?' என்று விசாரிக்கப் போவதில்லை; அதனால் அவன் திருடுவதையும் இந்தப் பிறப்பில் நிறுத்திவிடப் போவதில்லை!" என்றான் அவன் அலுப்புடன்.

"அப்படியானால் உங்களிடம் இன்னும் ஏதாவது இருந்தால் அதையும் கொண்டு வந்து அவனைக் கண்டு பிடித்து கொடுங்கள்!" என்று அவர் வெறுப்புடன் சொல்லிவிட்டு, விறைப்புடன் நடந்தார்.

"பணக்காரர்கள் சட்டத்தின் அனுமதியுடன் திருடினால் ஏழைகள் சட்டத்தின் அனுமதியில்லாமல் திருடுகிறார்கள் - இவ்வளவுதானே அவர்களுக்கும் இவர்களுக்கும் உள்ள வித்தியாசம்?" என்று சொல்லிக்கொண்டே. கனகலிங்கம் 'பர்ஸை' மறந்து, பசியை மறந்து 'பஸ்'ஸையும் மறந்து கண்டக்டர் சொன்னபடி 'நடராஜா ஸர்வீ'ஸ் கிளம்பினான்.

அவன் வீடு வந்து சேர்ந்தபோது மணி ஒன்பதுக்கு மேலிருக்கும். 'இனிமேல் பணத்தைப் பற்றிய கவலையும் நமக்குக் கிடையாது!' என்று தனக்குள் சொல்லிக்கொண்டே அவன் ஒரு டம்ளர் குளிர்ந்த நீரை எடுத்துக் குடித்துவிட்டு மேல்மாடிக்குச் சென்றான்.

சிறிது நேரம் அங்கே உலாவிக் கொண்டிருந்து விட்டுக் கீழே இறங்கியபோது, யாரோ ஒருவன் வந்து அவனுடைய அறையை எட்டி எட்டிப் பார்த்துக் கொண்டிருப்பது தெரிந்தது.

'இவன் யாராயிருக்கும்? இவன் ஏன் அடிக்கடி இங்கே வந்து தொலைக்கிறான்.'

கனகலிங்கம் அதற்குமேல் யோசிக்கவில்லை. சந்தடி செய்யாமல் அவனுக்குப் பின்னால் சென்று அவனை 'டபக்'கென்று தாவிப் பிடித்தான் அவ்வளவுதான்; அவன் அப்படியும் இப்படியுமாகத் திமிறிக் கொண்டு ஓட யத்தனித்தான் கனகலிங்கம் விடவில்லை; அவனை விடாப்பிடியாகப் பிடித்துக்கொண்டு "நீ யார்?" என்று அதட்டிக் கேட்டான்.

"நான் யார் என்றா உனக்குத் தெரியவேண்டும்? அதற்காக நான் இங்கு வரவில்லை; நீ யார் என்று தெரிந்து கொண்டு போவதற்காகத்தான் வந்தேன்!" என்று சொல்லிக்கொண்டே, கனகலிங்கத்தை ஓர் உதை உதைத்துத் தள்ளிவிட்டு, அந்த ஆசாமி எடுத்தான் ஓட்டம்.

~

# 15

"....அப்படி என்ன விரதமாம். அவருக்கு? — ஒரு முறை போனாற் போகிறதென்று அவர் நம்மைத் தொட்டுத்தான் எழுப்பட்டுமே!"  — அகல்யா

அகல்யா, கனகலிங்கத்தின் அறையை நெருங்கிய போது உணர்ச்சியற்ற நகரம் ஒரு கவலையும் இல்லாமல் உறங்கிக் கொண்டிருந்தது. 'அவரும் இந்நேரம் தூங்கியிருப்பார் கதவும் உள்ளே தாளிடப்பட்டிருக்கும்' என்று நினைத்துக்கொண்டே, அவள் மாடிப்படிகளின் மீது மெள்ள அடிமேல் அடி வைத்து ஏறினாள் 'அவர் நம்மைக் கண்டதும் என்ன சொல்வாரோ என்னமோ!' என்ற அச்சம் தான் அதற்குக் காரணம். ஆனால் அவள் எதிர்பார்த்தபடி கதவு உள்ளே தாளிடப்பட்டிருக்கவில்லை; வெளியே பூட்டியிருந்தது.

ஆளைக் காணோமே; வெளியே போயிருக்கிறார் போலிருக்கிறது:- 'எங்கே போயிருப்பார்? என்ன தான் வேலை தேடப் போயிருந்தாலும் இவ்வளவு நேரம் ஆகியுமா திரும்பாமலிருப்பார்....?'

அகல்யா ஒரு கணம் அந்தப் பூட்டை வைத்த விழி வாங்காமல் பார்த்துக் கொண்டிருந்தாள். மறுகணம். 'என்னைப் போல் யாராவது ஒருத்தி இருந்தால் அவர் பொழுதோடு வீட்டுக்கு வருவார்! யாருந்தான் இல்லையே; எங்கே சுற்றிக் கொண்டிருக்கிறாரோ, என்னமோ!' என்று முகத்தைச் சுளித்துக் கொண்டே திரும்பினாள். அப்பொழுதுதான் தன்னிடமும் ஒரு சாவி இருக்கும் விஷயம் ஞாபகத்துக்கு வந்தது. மறுபடியும் மேலே வந்து கதவைத் திறந்து கொண்டு உள்ளே சென்றாள்.

'வா, வா! இனிமேல் நீ இங்கே வரவே மாட்டாய் என்றல்லவா நான் நினைத்துக் கொண்டிருந்தேன்? - வந்து விட்டாயே!' என்று முகமன் கூறி, அவளை யாரோ வரவேற்பது போலிருந்தது.

அகல்யா சுற்றுமுற்றும் பார்த்தாள்; யாரையும் காணவில்லை. ஆமாம்: அந்த அதிசய மனிதர் இப்பொழுது இங்கே இருந்திருந்தால் அவா நம்மை வரவேற்கும் அழகு கூட இப்படித்தான் இருந்திருக்கும்' என்று தனக்குள் முணுமுணுத்துக்கொண்டே அவள் 'ஸ்விட்ச்'சைப் போட்டாள். விளக்கின் வெளிச்சத்தில் அறை முழுவதும் ஒரே குப்பையும் கூளமுமாயிருப்பது தெரிந்தது அகல்யா துடைப்பத்தை எடுத்து அவற்றைக் கூட்டித் தள்ளிவிட்டு மடிப்புக் கட்டிலை எடுத்து விரித்துப் படுத்தாள்.

'அவர் வந்தால் நாம் எழுந்திருக்கவே கூடாது 'அகல்யா அகல்யா, அகல்யா!' என்று எத்தனை முறை அடித்துக்

கொண்டாலும் சரி, நாம் 'ஏன்?' என்று குரல் கொடுக்கக் கூடாது - அப்படி என்ன விரதமாம். அவருக்கு! ஒருமுறை போனாற் போகிறதென்று நம்மைத் தொட்டுத்தான் எழுப்பட்டுமே!'

இந்த அசட்டு எண்ணத்துக்கு ஆளானதும் அகல்யாவின் முகம் 'குப்'பென்று சிவந்தது முகத்தைத் தலையணையில் புதைத்துக் கொண்டு அவள் குப்புறப்படுத்தாள் சிறிது நேரத்துக்குப் பிறகு, "அகல்யா அகல்யா, அகல்யா!" என்று அவளை யாரோ அழைப்பது போலிருந்தது ஊஹூம்; அவள் எழுந்திருக்கவில்லை - தன்னால் முடிந்த மட்டும் கண்களை இறுக மூடிக்கொண்டாள்.

அவள் எதிர்பார்த்தது வீணாகவில்லை. அவளை யாரோ தொட்டு எழுப்பினார்கள்.

ஆனால் கையினால் தொட்டு எழுப்பவில்லை போலிருக்கிறதே, பௌண்டன் பேனாவினாலல்லவா தொட்டு எழுப்புகிறார்கள் போலிருக்கிறது! 'களுக்'கென்று சிரித்துக்கொண்டே எழுந்தாள் - யாரையும் காணவில்லை.

'இது என்ன வேடிக்கை!' என்று அவள் ஏமாற்றத்துடன் எதிரேயிருந்த சுவரைப் பார்த்தாள். அங்கே மாட்டியிருந்த கனகலிங்கத்தின் 'போட்டோ' அவளைப் பார்த்துக் குலுங்கச் சிரிப்பது போலிருந்தது!

'ரொம்பப் பொல்லாதவராச்சே, நீங்கள் - உண்மையாகவே நீங்கள் வந்திருந்தாற்கூட என்னைக் கையினால் தொட்டா எழுப்பியிருப்பீர்கள்? பேனாவினால் தான் தொட்டு எழுப்பியிருப்பீர்கள்!' என்று சொல்லிக் கொண்டே எழுந்து சென்று, அகல்யா அந்தப் 'போட்டோ'வின் கன்னத்தில் சிரித்துக் கொண்டே ஓர் இடி இடித்தாள்.

அவ்வுளவுதான்; அந்தப் படம் ஆணியோடு கழன்று கீழேவிழுந்து 'கல்'லென்று உடைந்தது. அத்துடன் அவள் சிரிப்பும் இருந்த இடம் தெரியாமல் பறந்தது:

'ஐயோ!' என்று திறந்த வாயை மூடாமல், அவள் தன் இதயத்தை அழுத்திப் பிடித்துக்கொண்டு கீழே உட்கார்ந்தாள். அவளுடைய கைகள் அந்தப் படத்தைத் தொடும் போது 'வெடவெட'வென்று நடுங்கின; இதழ்கள் 'துடிதுடி'யென்று துடித்தன. கண்களில் நீர் மல்க அந்தப் படத்தை அவள் ஒரு வினாடி உற்றுப் பார்த்தாள்; மறு வினாடி தன்னையும்

அறியாமல் அங்கொன்றும் இங்கொன்றுமாகச் சிதறிக் கிடந்த கண்ணாடித் துண்டுகளை எடுத்து அவள் ஒன்றோடு ஒன்றை ஒட்டவைக்க முயன்றாள் - முடியவில்லை!

'மரணத்துக்குப் பிறகு மனிதனின் உயிரும் உடலும் கூட இப்படித்தான் ஆகிவிடுகின்றன' என்று தனக்குள் சொல்லிக் கொண்டே சென்று, அந்தக் கண்ணாடித் துண்டுகளை வெளியே விட்டெறிந்துவிட்டு வந்தாள்.

வந்ததும் என்ன நினைத்துக்கொண்டாளோ என்னமோ 'உங்களுடைய உள்ளமும் உடலும் என்னைத் தீண்டா விட்டாலும் உங்கள் படமாவது என்னைத் தீண்டட்டும்' என்று அந்தப் படத்தை எடுத்து மார்புடன் அணைத்துக் கொண்டு, அவள் ஆனந்தக் கண்ணீர் உகுத்தாள்.

அதற்குப் பிறகு, நீர் நிறைந்த அவளுடைய கண்கள் அடிக்கடி மாடிப் படிகளை நோக்கின - அவன் வரவில்லை ஆம், அவன் வரவேயில்லை.

இந்தச் சமயத்தில் இன்னொரு பயங்கரமான எண்ணம் அவளுடைய உள்ளத்தில் எழுந்தது அதன் காரணமாக நிலைத்த கண் நிலைத்தபடி அவள் வெகு நேரம் தன்னுடைய காலின் கட்டை விரலையே பார்த்துக் கொண்டிருந்தாள் பிறகு. சீச்சீ! அந்த உத்தமருக்கு அப்படி யெல்லாம் ஒன்றும் நேர்ந்திராது!' என்று அவள் தனக்குள் முணுமுணுத்துக் கொண்டாள். அடுத்த கணம் அவள் முகம் மலர்ந்தது. ஆனால் அந்த மலர்ச்சி நீடிக்கவில்லை.

'ஒரு வேளை இன்றிரவு அவர் வராமலே இருந்துவிட்டால்.....?'

இப்படி நினைத்ததும் அவள் முகம் குவிந்தது. கையில் கனகலிங்கத்தின் படத்துடன் கைப்பிடிச் சுவருக்கு அருகே வந்து நின்று, கண்களுக்கெட்டிய தூரம் வரை அவள் சாலையைப் பார்த்தாள்; ஆள் நடமாட்டமே இல்லை.

'இரவு முழுவதும் இங்கே நாம் எப்படித் தனியாயிருக்க முடியும்?'

அகல்யா திரும்பி வந்து நாற்காலியை இழுத்துப் போட்டுக்கொண்டு உட்கார்ந்தாள்.

மாடிக் கதவை யாரோ 'தடதட'வென்று தட்டுவது போலிருந்தது படத்தை மேஜையின் மேல் வைத்துவிட்டு

ஓடோடியும் சென்று கதவைத் திறந்தாள் - ஏமாற்றத்துக்கு மேல் ஏமாற்றம்; அங்கே யாரையும் காணவேயில்லை!

மறுபடியும் அவள் உள்ளே வந்து உட்கார்ந்து சிந்தனையில் மூழ்கினாள்.

'நண்பர் ராதாமணியுடன் எங்கேயாவது போயிருப்பாரோ? - இருந்தாலும் இருக்கும்; பொழுது விடிந்தால் தான் எல்லா விவரமும் தெரியும் போலிருக்கிறது!'

அகல்யா, கனகலிங்கத்தின் படத்தைத் தலைமாட்டில் வைத்துக்கொண்டு மீண்டும் படுத்தாள்.

அவள் விளக்கை அணைக்கவில்லை, எரியும் விளக்கைப் பார்த்தபடி விழித்துக் கொண்டிருந்தாள்.

அடுத்த வீட்டுக் கடிகாரம் மணி பன்னிரண்டு அடிக்கும் சத்தம் கேட்டது.

'அந்தக் கடிகாரத்தைப் போலவே நாமும் இன்று பொழுது விடியும் வரை விழித்துக்கொண்டிருக்க வேண்டியதுதானா...?'

அவளுக்கு ஒன்றும் புரியவில்லை; அப்படியும் இப்படியுமாகப் புரண்டு புரண்டு படுத்தாள்.

கீழே ஏதோ ஒரு கார் வாயுவேகத்தில் சீறிக்கொண்டு செல்லும் சத்தம் கேட்டது. மனிதனின் அமைதியான வாழ்க்கையைக் குலைக்கும் சாதனங்களில் இதுவும் ஒன்று; மடையனுக்குக்கூட நாலுபேருக்கு முன்னால் மதிப்பைச் சம்பாதித்துக் கொடுத்துவிடும் அபூர்வ சக்தி இதனிடம் இருக்கிறது. அது மட்டுமல்ல; மூடர்கள் உலகத்தை ஏமாற்றுவதற்கு இதை ஒரு கருவியாகவும் உபயோகித்துக் கொள்கிறார்கள்!' என்று தனக்குள் வெறுப்புடன் சொல்லிக் கொண்டே அகல்யா எழுந்து உட்கார்ந்தாள். அந்தச் சத்தத்தைத் தொடர்ந்து 'வாள் வாள், வாள் வாள்' என்று ஒரு நாய் தீனக் குரலில் வாய் விட்டுக் கதறும் சத்தம் அவள் காதில் விழுந்தது.

'பாவம், சாலையோரத்தில் உறங்கிக் கொண்டிருந்த நாயை அந்தக் கார் கொன்றுவிட்டது போலிருக்கிறது இப்படித்தான் சில சமயம் மனிதர்களைக்கூட அந்த யமன் கொன்றுவிடுகிறது.'

அகல்யா காதைப் பொத்திக் கொண்டு மறுபடியும் படுத்துத் தூங்க முயன்றாள், தூக்கம் வரவில்லை.

'விளக்கை அணைத்துவிட்டால் ஒருவேளை தூக்கம் பிடித்தாலும் பிடிக்கும்' என்று எண்ணிக்கொண்டே எழுந்து சென்று அவள் விளக்கை அணைத்தாள் அவ்வளவுதான் அவள் உடம்பு முழுவதும் ஒரு வினாடி பயத்தினால் 'கிடுகிடு'வென்று ஆடி ஓய்ந்தது இந்தப் பாழும் உடம்பு பயத்தினால் அப்படியே சில்லிட்டுப் போய்விட்டாலும் தேவலை. இருந்துதான் இது என்ன வாழ்ந்துவிடப் போகிறது!' என்று துணிந்து அவள் கால்களை விறைப்புடன் நீட்டிப் படுத்தாள்.

அப்புறம் அவள் கை எழுந்திருக்கவில்லை, பல பயங்கர நினைவுகளுக்கு ஆளாகிப் படுக்கையிலேயே உயிரற்றவள் போல் அவள் உணர்வற்றுக் கிடந்தாள்.

* * *

மறு நாள் பொழுது விடிந்ததும் அகல்யா மாடி முகப்பில் நின்ற வண்ணம் சாலையைப் பார்த்துக் கொண்டிருந்தாள் அப்பொழுதும் கனகலிங்கம் வரவில்லை; அவனுக்குப் பதிலாகத் தலைவிரி கோலத்துடன் ராதாமணி மட்டும் ஏதோ யோசித்தபடி மெள்ள மெள்ள வந்து கொண்டிருந்தான்.

இந்தத் தடவை அவனைக் கண்டதும் அகல்யா தலையை உள்ளுக்கு இழுத்துக் கொள்ளவில்லை, அவன் மேலே வருவதற்கு முன்னால் அவள் இறங்கிச் சென்று, "அவர் வரவில்லையா?" என்று பரபரப்புடன் கேட்டாள்.

ராதாமணி ஒன்றும் பதில் சொல்லவில்லை. மௌனமாக மேலே சென்றான்; அகல்யா 'என்னமோ, ஏதோ' என்று அவனைப் பின்தொடர்ந்து சென்றாள்.

இருவரும் அங்கே நேருக்கு நேராக நின்று ஒருவர் முகத்தை ஒருவர் ஊடுருவிப் பார்த்தார்கள்.

அகல்யாவுக்கு ஆத்திரம் தாங்கவில்லை; "அவர் வரவில்லையா?" என்று மீண்டும் கேட்டாள். அவ்வளவுதான்; அழுகை பொத்துக் கொண்டு வந்து விட்டது அவனுக்கு முகத்தைக் கைக்குட்டையால் மூடிக்கொண்டு வெட்கத்தை விட்டு வீரிட்டு அழுதான்.

"ஏன், என்ன நடந்தது? - சொல்லுங்களேன்?" என்று துடித்துக்கொண்டே கேட்டாள் அவள்.

"நீங்கள் இங்கிருந்து சென்ற பிறகு அவன் இரண்டு நாட்கள்தான் இந்த உலகத்தில் உயிரோடு இருந்தான் மூன்றாவது நாள் காலை யாரோ ஒரு கொலைகாரன் அவன் மேல் காரை ஏற்றி அவனைக் கொன்றுவிட்டான்" என்று விக்கலுக்கும் விம்மலுக்கும் இடையே அவன் சொல்லி முடிப்பதற்குள், அகல்யா 'தொபுகடீர்' என்று கீழே சாய்ந்தாள்

அதற்குப் பிறகு இதயத் துடிப்பைத் தவிர வேறு எந்தவிதமான துடிப்பும் அவளுடைய தேகத்தில் இல்லை.

* * *

**அ**ன்று மாலை மூர்ச்சை தெளிந்து எழுந்தபோது, தனக்குப் பக்கத்தில் யாரோ ஒரு முதியவள், உட்கார்ந்ததிருப்பதைக் கண்டு அகல்யா விழித்தாள்.

ராதாமணி குறிப்பறிந்து. "வேறு யாருமில்லை, என் தாயார்தான் நீங்கள் மூர்ச்சையாகிக் கீழே விழுந்து விட்டதும் நான் ஓடோடி சென்று அவர்களை உதவிக்கு அழைத்துக் கொண்டு வந்தேன்" என்றான்

உடனே அந்த முதியவளைக் கைகூப்பி வணங்கிவிட்டு அகல்யா எழுந்தாள்.

"எங்கே போகப் போகிறீர்கள்?" என்று கேட்டான் ராதாமணி.

அவள் ஒன்றும் பதில் சொல்லவில்லை; பதில் சொல்ல அவளுக்கு வாயும் வரவில்லை ஏனெனில் அதற்குள் துக்கம் அவளுடைய உள்ளத்திலிருந்து முகத்துக்கு வந்து விட்டிருந்தது; அப்படி வரும் போது அவள் தொண்டையை அது அடைத்து விட்டிருந்தது!

அவள் மௌனமாகக் கீழே இறங்கிச் சாலையை நோக்கி நடந்தாள்.

கடைசி நம்பிக்கையையும் இழந்து, கதியற்றுச் செல்லும் அந்தக் 'காதல் பைத்தியத்தை ராதாமணியும் அவன் தாயாரும் அனுதாபத்தோடு பார்த்தனர்.

அவள் தலை மறைந்தது. அந்த நிமிடமே உலக வழக்கத்தையொட்டி அவர்களும் அவளை மறந்துவிட்டார்கள்!

~

# 16

"....எங்கேயாவது கெட்ட பால் நல்ல பாலாகுமா. ஸார்?
— எடுத்துச் சாக்கடையிலே ஊற்ற வேண்டியதுதான்!"
— சமையற்காரன்

'உன்னைக் காதலிக்காமல் கொல்வதைவிடக் காதலித்தே கொன்று விடுகிறேன், உன்னைக் காதலிக்காமல் கொல்வதைவிடக் காதலித்தே கொன்றுவிடுகிறேன், உன்னைக் காதலிக்காமல் கொல்வதைவிடக் காதலித்தே கொன்றுவிடுகிறேன்....

பழைய நினைவுகளில் லயித்துச் சென்று கொண்டிருந்த அகல்யாவின் காதில் கனகலிங்கம் அன்று சொன்ன அந்த வார்த்தைகள் மீண்டும் மீண்டும் மீண்டும் ஒலித்தன.

'ஆம்! அன்று நீங்கள்தான் என்னைக் காதலித்துக் கொல்வதாகச் சொன்னீர்கள் ஆனால் இன்றோ நான் உங்களைக் காதலித்துக் கொன்றுவிட்டேன்!' என்று தனக்குள் சொல்லிக்கொண்டே அவள் நடந்தாள்.

'எங்கே போவது?' என்ற பிரச்சனை அவளுடைய உள்ளத்தில் திடீரென்று எழுந்தது.

'அவருக்குப் பிறகு - அந்த உத்தமருக்குப் பிறகு - இந்தப் பரந்த உலகத்தில் நம்மை ஆதரிக்க - நம்மிடம் இரக்கங்காட்ட - வேறு யார் இருக்கிறார்கள்?' என்று அவள் ஒருகணம் யோசித்தாள்; மறுகணம், 'இல்லை; யாரும் இல்லை!' என்ற தீர்மானத்துடன் அவள் மேலே நடந்தாள்.

'அப்படியானால் இனி தனக்குச் சாவதைத் தவிர வேறு வழியே கிடையாதா?'

சிறிது தூரம் சென்றதும் இந்தக் கேள்வியைக் தனக்குத் தானே கேட்டுக்கொண்டு அவள் நின்றாள்.

'கிடையாது; கிடையவே கிடையாது!'

'காதல் தெய்வீகமானது என்கிறார்களே, அந்தக் காதலின் பலன் இதுதானா?'

'இதுதான்; இதுவேதான்!'

அவள் தன் கை விரல்களை நெரித்தாள்; விழித்தாள்; நெட்டுயிர்த்தாள்.

'கடைசியில் சமூகத்தின் அனுதாபத்தை நான் செத்துத்தானா பெற வேண்டும்? சாகாமல் பெறமுடியாதா?'

'முடியாது. முடியவே முடியாது!'

அவள் தன் கண்களை இறுக மூடிக்கொண்டாள்

'ஐயோ! ஆண்களுக்கு ஒரு நீதி, பெண்களுக்கு இன்னொரு நீதியா? - இந்த அக்கிரமத்துக்கு இன்னும் என்னைப்போல் எத்தனை பெண்கள் பலியாக வேண்டும்? உங்களுடைய இதயத்தில் ஈரம் இல்லையா? அந்த ஈரமற்ற இதயத்தை எங்களுடைய கண்ணீராவது நனைக்கவில்லையா? - சீர்திருத்தம், சீர்திருத்தம் என்று வாய் ஓயாமல் அடித்துக் கொள்ளும் இளைஞர் உலகம் இந்தக் கொடுமையை இன்னும் எத்தனை நாட்களுக்குச் சகித்துக் கொண்டிருக்கப் போகிறது?'

அவள் உள்ளம் குமுறிற்று; கண்கள் கலங்கின.

'நாம் சாவதற்கு முன்னால் அம்மாவை ஒருமுறை - ஒரே ஒரு முறை - பார்த்துவிட்டால்...?'

அவள் மூடிய கண்களைத் திறந்தாள்.

'சியாமளா இருக்கும் தெருவுக்கு அடுத்த தெருவில் தானே அம்மா இருக்கிறாள்? அங்கே போய் விசாரித்தால் யாராவது சொல்ல மாட்டார்களா?'

அவள் திரும்பினாள்.

இப்பொழுது அவளுடைய நடையில் வேகமில்லாவிட்டாலும் உள்ளத்தில் ஒரு சிறு நம்பிக்கை உதயமாகியிருந்தது - 'என்ன இருந்தாலும் பெற்ற மனம் பித்து என்பார்கள். ஒருவேளை அம்மா நமக்காக இரங்கினாலும் இரங்கலாமல்லவா?' - இந்த நம்பிக்கையின் துணையைக் கொண்டு அவள் நடந்தாள், நடந்தாள், நடந்தாள், நடந்து கொண்டே இருந்தாள்.

சியாமளா இருக்கும் தெருவை நெருங்கியதும் அவள் முகம் அவளையும் அறியாமல் சிணுங்கிற்று 'நல்ல வேளை, அவளிடம் எல்லாவற்றையும் சொல்லித் தொலைக்காமல் இருந்தோமே!' என்ற ஆறுதலுடன் அவள் அடுத்த தெருவில் காலடி எடுத்து வைத்தாள்.

அங்கே, தன்னைப்பற்றி வேறு யாரையும் விசாரிக்க வேண்டிய சிரமத்தை அகல்யாவின் தாயார் அவளுக்கு வைக்கவில்லை; 'இதோ நான் இங்கேதான் இருக்கிறேன்!' என்று சொல்வதுபோல எச்சில் இலையும் கையுமாக அங்கிருந்த ஒரு வீட்டின் முன் காட்சியளித்தாள்

அவளைக் கண்டதும் அகல்யாவின் உள்ளத்தில் மீண்டும் புயல் வீசிற்று அதை ஒருவாறு சமாளித்துக் கொண்டு அவள் அந்த வீட்டை நெருங்கினாள்.

அதற்குள் அவளுடைய தாயார் எச்சில் இலையைக் குப்பைத் தொட்டியில் வீசி எறிந்துவிட்டு போகிற போக்கில் வராந்தாவில் எரிந்து கொண்டிருந்த விளக்கையும் அணைத்துவிட்டு உள்ளே II" சென்றாள்.

'எச்சில் இலைக்கு நேரும் கதிதான் இனி நமக்கும் நேரும் போலிருக்கிறது!' என்று எண்ணிக்கொண்டே அகல்யா துணிந்து அந்த வீட்டை நோக்கி முன்னேறினாள் வராந்தாவில் இருந்த ஒட்டுத் திண்ணையை அடைந்ததும் அவளால் மேலே செல்ல முடியவில்லை; அந்தத் திண்ணையில் சாய்ந்தபடி நின்றுவிட்டாள்.

உள்ளே தன் அப்பாவும் சித்தப்பாவும் இரகசியமாக ஏதோ பேசிக்கொண்டிருப்பது அவள் காதில் விழுந்தது. 'என்ன பேசுகிறார்கள்?' என்று தெரிந்து கொள்வதற்காக சுவரோடு நின்று ஒட்டுக் கேட்டாள்.

"அண்ணா! அந்தப் பயலைத் தொலைத்துவிட்டேன்!" என்றார் அவளுடைய சித்தப்பா.

அகல்யாவுக்குத் துக்கிவாரிப் போட்டது எந்தப் பயலை..?' என்று தன்னைத் தானே கேட்டுக்கொண்டு, அவள் விழித்தது விழித்தபடி நின்றாள்.

"உண்மையாகவா!" என்று கேட்டார் அவளுடைய அப்பா.

"ஆமாம்; அதிலும் எப்படித் தொலைத்தேன், தெரியுமா? எதிர்பாராத விதத்தில் நேர்ந்த மரணம் என்று போலீஸார் உட்பட எல்லோரும் நினைக்கும்படி ஆளை வேலை தீர்த்துவிட்டேன்........!"

'அட, பாவி!' என்று அகல்யா முணுமுணுத்தாள்.

அதற்குள், "ஐயோ பாவம்!" என்றார் அவளுடைய அப்பா.

"பாவமாவது, புண்ணியமாவது! அதற்காக 'டாக்ஸி' டிரைவரிடம் முழுசாக ஆயிரம் ரூபாயல்லவா எண்ணிக் கொடுத்தேன்? இல்லையென்றால் சமயம் பார்த்து அவன் காரை அந்தப் பயலின் மேலே ஏற்றியிருப்பானா, என்ன?

போதாக்குறைக்கு அவன் அதற்காகச் சிறைக்குச் செல்ல நேர்ந்தாலும், அதுவரை அவனுடைய குடும்பத்தை வேறு காப்பாற்றுவதாகச் சொல்லியிருக்கிறேன்?” என்றார் சித்தப்பா.

“அது சரி; அவனை டிரைவருக்கு எப்படுத் தெரிந்தது?” என்று கேட்டார் அவளுடைய அப்பா.

“நான் அந்தப் பயலின் விலாசத்தைக் கொடுத்தேன். அதன்படி, டிரைவர் அவனுடைய அறைக்குப் போயிருக்கிறான்.”

“பகலிலா?”

“இல்லை, இரவில்தான்! ஒரு சமயம் போயிருந்தபோது அந்தப் பயலுடன் இன்னொரு பயலும் இருந்தானாம். அதனால் ஆளைக் கண்டு கொள்ள முடியவில்லையாம் இன்னொரு சமயம் போயிருந்தபோது ஆசாமி தானாகவே வந்து டிரைவரைப் பிடித்துக்கொண்டு, ‘நீ யார்?’ என்று அதட்டிக் கேட்டானாம் டிரைவர் ஆளை அடையாளம் கண்டு கொண்டு, அச்சாரமாக அவனுக்கு ஒரு உதையும் கொடுத்து விட்டுத் திரும்பி வந்தானாம் அடுத்த நாள்தான் ஆளே காலி!”

‘ஆ!’ என்று அலறினாள் அகல்யா. ஆனால் அந்தச் சத்தம் நல்ல வேளையாக அவர்களுடைய காதில் விழவில்லை.

“ச்சச்சச்சோ!- இதனாலெல்லாம் போன மானம் திரும்பி வந்துவிடவா போகிறது? - போனது போனதுதானே?”

“அதற்காக நம்மிடம் வேலை செய்து கொண்டிருந்த பயல் நமக்கு முன்னாலேயே நம்முடைய பெண்ணுடன் திரிந்து கொண்டிருப்பதா என்ன?” என்று உறுமினார் அவளுடைய சித்தப்பா.

“நம்மிடம் வேலை செய்துகொண்டிருந்த பயலா! அது யார், அது?”

“ஏன். கனகலிங்கம்தான்!”

அவ்வளவுதான். “கனகலிங்கமா! ‘இந்திரன்’ என்றல்லவா அவனுக்குப் பெயர்?” என்று வாயைப் பிளந்தார் அவர்.

“என்ன, என்ன....!” என்று குழறினார் இவர்.

அகல்யாவின் தலை சுழன்றது.

“ஆமாம்; இது அக்கிரமத்திலும் அக்கிரமமாகவல்லவா இருக்கிறது” என்றார் அவளுடைய அப்பா.

“நான் அகல்யாவோடு அந்தப் பயலை நேருக்கு நேராகப் பார்த்தேனே!” என்றார் அவள் சித்தப்பா.

“என்னமோ போ!- எனக்கு ஒன்றும் புரியவில்லை” என்று சொல்லிக்கொண்டே, அவளுடைய அப்பா நாற்காலியை இழுத்து விட்டுவிட்டு எழுந்தார்.

அதற்குப் பிறகு அவர்களுடைய பேச்சுக் குரல் கேட்கவில்லை; இருவரும் திருடனைத் தேள் கொட்டியது போல் மௌனமாக இருந்துவிட்டார்கள்.

‘அட, பாவிகளா! நான் அப்பொழுதே நினைத்தேன் - நீங்கள்தான் அந்தக் கொலைகாரன் அனுப்பியிருப்பீர்களென்று!- நீங்கள் நாசமாய்ப் போக!’

அகல்யாவுக்கு இப்பொழுது ‘அம்மாவுமாச்சு, அப்பாவுமாச்சு!’ என்று அலுத்துவிட்டது. அவள் விரக்தியுடன் வந்த வழியே திரும்பினாள். ஆனால் மனத்திலிருந்த பாரம் அவளை நடக்க விடவில்லை; ஒவ்வொரு அடியையும் அவள் வெகு சிரமப்பட்டு எடுத்து வைக்க வேண்டியிருந்தது. இந்த அழகில் தெருவோடு இருந்த படிகளைக் கடக்கும்போது, அவள் முதல் படியிலிருந்து இரண்டாம் படியில் காலை வைப்பதற்குப் பதிலாக மூன்றாம் படியில் காலை வைத்துவிட்டாள் அவ்வளவுதான்; ‘தடால்’ என்று கீழே விழுந்துவிட்டாள்.

அதே சமயத்தில் தன்னை மறந்து வந்து கொண்டிருந்த யாரோ ஒருவன் அவள் மேல் இடறி விழுந்தான்.

“ஐயோ!” என்று அகல்யா முனகினாள்

“மன்னியுங்கள்!” என்று பல்லை இளித்துக்கொண்டே அவன் எழுந்து நின்றான்.

அகல்யா தலைநிமிர்ந்து அவனைப் பார்த்தாள் - என்ன ஆச்சரியம்! அவளுக்கு எதிரே ரிஷி பத்தினியான அகல்யாவின் சாபத்தைப் போக்கவந்த ஸ்ரீராமனைப்போலத் தசரத குமாரன் கையில் கோதண்டமின்றி, பக்கத்தில் லக்ஷ்மணன் இன்றி நின்று கொண்டிருந்தான்.

அவனைக் கண்டதும் எந்தவிதமான உணர்ச்சியையும் வெளியே காட்டிக் கொள்ளாமல், "நீங்களா!" என்றாள். அவள் தலையைக் கீழே குனிந்து கொண்டே.

"ஆமாம்; நான்தான்!" என்று சொல்லிக்கொண்டே தசரதகுமாரன் முதன் முறையாகத் துணிந்து அவளைக் கை கொடுத்துத் தூக்கினான்.

இருவரும் தனிமையை நாடிக் கடற்கரைக்குச் சென்றார்கள்.

* * *

"எல்லாவற்றையும் கேள்விப்பட்டேன். அகல்யா!- அந்தப் படுபாவி உன்னைக் கலைஞானபுரத்தில் தன்னந்தனியாக விட்டுவிட்டுச் சொல்லிக்கொள்ளாமல் வந்துவிட்டானாமே?- வந்த பிறகு, 'இனி என்னை எதிர்பார்க்க வேண்டாம்' என்று அவன் உனக்கு ஒரு கடிதம் வேறு எழுதிப் போட்டானாம். அப்புறம் அந்தக் கடிதத்தைக் கொண்டு நீ எங்கே போலீஸ் நடவடிக்கை எடுத்துவிடப் போகிறாயோ என்று அவனுக்குப் பயமாயிருந்ததாம். அதற்காக மழையில் நனைந்து கொண்டு ஒருநாள் அவன் உன்னைத் தேடி ஹோட்டல் அறைக்கு வந்தானாம். நீ அப்போது வேறு யாரோ ஒருவரிடம் பேசிக்கொண்டிருந்தாயாம். அந்த ஆசாமி, 'இந்திரன் உனக்கு எழுதிய கடிதத்தை என்னிடம் கொடு!' என்று உன்னைக் கேட்டானாம் 'அதைக் கிழித்து எறிந்துவிட்டேன்' என்று நீ சொன்னாயாம். அதற்குப் பிறகுதான் அவன் மன நிம்மதியுடன் ஏற்கெனவே தனக்கு நிச்சயமாகியிருந்த ஒரு பணக்காரன் வீட்டுப் பெண்ணைக் கல்யாணம் செய்துகொண்டானாமே! என்று ஒரு நீண்ட பெருமூச்சு விட்டுக்கொண்டே சொன்னான் தசரதகுமாரன்.

அகல்யா மௌனமாக இருந்தாள்.

"யார் கைவிட்டாலும் நான் உன்னைக் கைவிடமாட்டேன், அகல்யா!" என்று சொல்லிக்கொண்டே, அவன் அவளுடைய கரத்தை மெள்ளப் பற்றினான்.

அவனுடைய பிடியிலிருந்து கரத்தை விடுவித்துக் கொள்ள அவள் விரும்பவில்லை, பேசாமலிருந்தாள்.

"நீ என்னுடைய உயிர்; நான் உன்னுடைய உடல் - நம்மை இனி யாராலும் பிரிக்க முடியாது!" என்று சொல்லிக்கொண்டே, அவளை அணைத்தான்.

அவள் 'முடியும்' என்றும் சொல்லவில்லை; 'முடியாது' என்றும் சொல்லவில்லை - மௌனமாக இருந்தாள்.

"நான் உன் மீது கொண்ட காதல் உடலோடு ஒட்டிய காதல் அல்ல; உயிரோடு ஒன்றிய காதல். அதுவே உயர்ந்த காதல் என்றும், உண்மைக் காதல் என்றும் தெரிந்தவர்கள் சொல்வார்கள். அகல்யா!- அந்தக் காதல், பூமி பிளந்தாலும் சரி, ஆகாயம் கீழே விழுந்தாலும் சரி - எதற்கும் பின்வாங்காது!"

அவள் 'வாங்கும்' என்றும் சொல்லவில்லை 'வாங்காது' என்றும் சொல்லவில்லை - பேசாமலிருந்தாள்.

"உனக்கு விஷயம் தெரியாது நான் பழைய தசரதகுமாரன் அல்ல; புதிய தசரதகுமாரன் - என் அண்ணாவுக்கும் எனக்கும் இப்பொழுது பாகப் பிரிவினையாகிவிட்டது வீட்டில் நானும் சமையற்காரனும் தான் இருக்கிறோம் எனவே, எந்தவிதமான இடைஞ்சலுமின்றி நாம் இருவரும் 'ஜாம், ஜாம்' என்று கல்யாணம் செய்து கொள்ளலாம் அப்புறம் சிட்டுக் குருவியைப் போலவும் வானம்பாடியைப் போலவும் திரியலாம், பறக்கலாம் - அதுமட்டுமா நீ குயில்; பாடுவாய்!-நான் மயில்; ஆடுவேன்!- என்ன, சம்மதம்தானே...?"

அவள் 'சம்மதம்' என்றும் சொல்லவில்லை, 'சம்மதமில்லை' என்றும் சொல்லவில்லை - மௌனமாக இருந்தாள்.

"என்னுடைய பாக்கியமே பாக்கியம்!- நான் சாப்பிட்டுவிட்டு ஒரு நண்பனைப் பார்ப்பதற்காக வந்து கொண்டிருந்தேன். வழியில் கைதவறிப் போட்டுவிட்ட மாணிக்கத்தைப்போல நீ கிடைத்தாய்!- என் மகிழ்ச்சிக்குக் கேட்க வேண்டுமா? - என்னுடைய நெடுநாளைய கனவு இன்றுதான் நனவாயிற்று. இனி நான் பொறுக்க மாட்டேன்; ஆமாம், பொறுக்கவே மாட்டேன்!- வா அகல்யா, வா!- எழுந்து வா!"

அவன் அவளுடைய கையைப் பிடித்து இழுத்தான். அவள் பேசாமல் எழுந்து பின்னால் சென்றாள்.

அவளுடன் தோளோடு தோள் சேர்த்துச் செல்லும் போது தசரதகுமாரனுக்குப் பூமியில் நடப்பதுபோலவே இல்லை;

ஆகாயத்தில் பறப்பது போல இருந்தது. ஆனால் அந்த மகிழ்ச்சி நெடுநேரம் நீடிக்கவில்லை.

சிறிது நேரம் சென்றதும் அவனுக்குப் பின்னால் யாரோ இருவர் 'கொல்'லென்று கைகொட்டிச் சிரிக்கும் சத்தம் கேட்டது; அதைப் பொருட்படுத்தாமல் அவன் மேலே நடந்தான்.

இன்னும் சிறிது தூரம் சென்றதும், 'அதோ, அவனுடன் போகிறாள், பார்!- அவளைத்தான் முதலில் இந்திரன் அழைத்துக்கொண்டு போனான். அப்புறம் அவன் அவளை விட்டுவிட்டான்' என்று யாரோ ஒருவன் அகல்யாவைச் சுட்டிக் காட்டிச் சொல்வது போலிருந்தது.

அவனைத் தொடர்ந்து, 'ஆமாம், எனக்குத் தெரியுமே! அதற்குப் பிறகு அவள் யாரோ ஒரு புத்தகக் கடைக்காரப் பயலுடன் இருந்தாளாம்!' என்று இன்னொருவன் சொல்வது போலிருந்தது

'அப்படியானால் இவன் மூன்றாவது ஆசாமி என்று சொல்லு!' என்று மற்றொருவன் சொல்வது போலிருந்தது

இப்படி ஒருவர் பின ஒருவராக ஏதேதோ சொல்வது போலிருக்கவே, அவன் மனம் சலனமடைந்தது காதைப் பொத்திக் கொண்டு, மார்பை அழுத்திப் பிடித்துக்கொண்டு தன் வீட்டை அடைந்தான்.

அகல்யாவுடன் அவன் தன் அறைக்குச் சென்று அமர்ந்ததும், "ஸார்!" என்று குரல் கொடுத்துக் கொண்டே, கையில் பால் செம்புடன் அவனுக்கு எதிரே வந்து நின்றான் சமையற்காரன்.

"என்ன?" என்று ஒன்றும் புரியாமல் கேட்டான்.

தசரதகுமாரன் "ரொம்ப நேரங்கழித்து வந்திருக்கிறீர்களே!--பால் கெட்டுப் போய்விட்டதே!" என்று சொல்லிக்கொண்டே, பால் சொம்பை அவனுக்கு எதிரே நீட்டினான்.

"சரி, கெட்டுப் போன பாலை என்ன செய்யப் போகிறாய்?"

சமையற்காரன் சிரித்தான். சிரித்துவிட்டு, "என்ன ஸார் இது?" 'கெட்டுப்போன பாலை என்ன செய்யப் போகிறாய்?' என்று 'காலேஜ் ஸ்டூடண்ட்ஸ்' கேட்கிற மாதிரி கேட்கிறீர்களே!-- எங்கேயாவது கெட்டபால் நல்ல பாலாகுமா, ஸார்? - எடுத்துச் சாக்கடையிலே ஊற்ற வேண்டியதுதானே!" என்றான்.

இதைக் கேட்டதும் தசரதகுமாரனுக்குச் 'சுருக்'கென்றது. "சரி, போ!" என்று அவன் சமையற்காரனை விரட்டிவிட்டு, அகல்யாவின் முகத்தை ஊடுருவிப்பார்த்தான்; அவளும் அவன் முகத்தைப் பார்த்தாள்.

அவ்வளவுதான்; அவனுடைய இதயம் இரும்பாயிற்று. 'சட்'டென்று அவன் அகல்யாவின் கரத்தைப் பிடித்தான்; கரகரவென்று இழுத்துக் கொண்டு போய் அவளை வெளியே விட்டுவிட்டுக் கதவைப் 'பட்'டென்று சாத்திக்கொண்டு உள்ளே வந்தான்.

அகல்யாவின் விஷயம் புரிய வெகு நேரம் ஆகவில்லை. புரிந்ததும், 'அட கடவுளே! பாலும் பாவையும் ஒன்றென்று எண்ணியா என்னை நீ படைத்தாய்?' என்று எண்ணி, அவள் நெட்டுயிர்த்தாள்.

அடுத்த கணம் 'யார் இடம் அளிக்காவிட்டாலும் இந்த உலகத்தைவிட இரண்டு பங்கு பெரிதான கடல் கூடவா நமக்கு இடமளிக்காது?' என்ற எண்ணம் அவள் உள்ளத்தில் பளிச்சிட்டது.

அதற்குமேல் அவள் அங்கே நிற்கவில்லை; நிதானிக்கவில்லை; எதையும் யாரையும் திரும்பிக்கூடப் பார்க்கவில்லை. "வா, வா!" என்று தன்னை அன்புடன் அணைத்துக் கொள்வதற்காகக் கை

தூக்கி வரவேற்கும் அலை கடலை நோக்கி அவள் ஓடினாள், ஓடினாள், ஓடிக்கொண்டே இருந்தாள்.

பாவம், மரணம் அவள் உயிரை மாய்க்கலாம்; உடலை மாய்க்கலாம்; உள்ளத்தை மாய்க்கலாம் - நீதியற்ற சமூகத்துக்கு முன்னால் அவள் நெஞ்சறிந்து ஏற்றுக்கொண்ட பழியை அதனால் மாய்க்க முடியுமா, என்ன?

"நல்லவர்கள் வாழ்வதில்லை நானிலத்தின் தீர்ப்பு"

~ ~ ~